தேசம் - சாதி - சமயம்
அதிகாரத்தைப் புரிந்துகொள்ளல்

தேசம்-சாதி-சமயம்
அதிகாரத்தைப் புரிந்துகொள்ளல்
பெருந்தேவி

கவிஞர். அமெரிக்காவிலுள்ள ஜார்ஜ் வாஷிங்டன் பல்கலைக்கழகத்தில் தெற்காசிய மதங்கள், பண்பாட்டு மானுடவியல், இந்திய மருத்துவ வரலாறு, பெண்ணியம் ஆகிய துறைகளூடே ஆராய்ந்து முனைவர் பட்டம் பெற்றவர். தற்போது அமெரிக்காவில் சியனா கல்லூரியில் இணைப் பேராசிரியராகப் பணிபுரிகிறார். தன் துறைகள் சார்ந்து கட்டுரைகளை ஆய்வு இதழ்களில் வெளியிட்டிருக் கிறார். *காலச்சுவடு, கல்குதிரை, மணல்வீடு, கூடு* ஆய்விதழ் முதலிய தமிழ் இதழ்களிலும் கட்டுரைகள் வெளிவந்துள்ளன.

கவிதை தவிர மொழிபெயர்ப்பு, இலக்கியத் திறனாய்வு, புனைகதை ஆகியவற்றிலும் ஈடுபாடு கொண்டிருப்பவர்.

தொடர்புக்கு: sperundevi@gmail.com

பெருந்தேவியின் பிற நூல்கள்

கவிதைகள்

- இறந்தவனின் நிழலோடு தட்டாமாலை ஆடும்போது கீழே விழாதிருப்பது முக்கியம் (2020)
- விளையாட வந்த எந்திர பூதம் (2019)
- பெண் மனசு ஆழம் என 99.99 சதவிகித ஆண்கள் கருதுகிறார்கள் (2017)
- வாயாடிக் கவிதைகள் (2016)
- அழுக்கு சாக்ஸ் (2016)
- உலோக ருசி (2010)
- இக்கடல் இச்சுவை (2006)
- தீயுறைத்தூக்கம் (1998)

கட்டுரை

- உடல்-பால்-பொருள்: பாலியல் வன்முறை எனும் சமூகச் செயற்பாடு (2019)

புனைகதை (குறுங்கதைகள்)

- ஹைன்ஸ் ஹால் கட்டிடத்தில் வாழும் பேய் (2020)

தொகுத்தவை

- அசோகமித்திரனை வாசித்தல் (2018)

பெருந்தேவி

தேசம் - சாதி - சமயம்
அதிகாரத்தைப் புரிந்துகொள்ளல்

காலச்சுவடு பதிப்பகம்

அன்பார்ந்த வாசகருக்கு,
வணக்கம்.

காலச்சுவடு நூலை வாங்கியமைக்கு நன்றி.

நூலின் உள்ளடக்கம், உருவாக்கம், அட்டைப்படம் இன்ன பிற அம்சங்கள் பற்றிய உங்கள் கருத்துகளையும் ஆலோசனைகளையும் காலச்சுவடு வரவேற்கிறது. தகவல், எழுத்து, வாக்கியப் பிழைகள் தென்பட்டால் கட்டாயம் தெரிவித்து உதவுங்கள். நூல் தயாரிப்பில் கடும் குறைபாடு இருப்பின் மாற்றுப் பிரதி உங்களுக்குக் கிடைக்கக் காலச்சுவடு ஏற்பாடு செய்யும்.

மின்னஞ்சல்: publisher@kalachuvadu.com

காலச்சுவடு நாகர்கோவில் தலைமையகத்துக்கும் கடிதம் அனுப்பலாம்.

தங்கள்
எஸ்.ஆர். சுந்தரம் (கண்ணன்)
பதிப்பாளர் – நிர்வாக இயக்குநர்

தேசம்–சாதி–சமயம்: அதிகாரத்தைப் புரிந்துகொள்ளல் ✦ கட்டுரைகள் ✦ ஆசிரியர்: பெருந்தேவி ✦ © பெருந்தேவி ✦ முதல் பதிப்பு: பிப்ரவரி 2021 ✦ வெளியீடு: காலச்சுவடு பப்ளிகேஷன்ஸ் (பி) லிட்., 669 கே. பி. சாலை, நாகர்கோவில் 629001

காலச்சுவடு பதிப்பக வெளியீடு: 995

teesam-caati-camayam: Atikarattaip purintukollal ✦ Articles ✦ Author: Perundevi ✦ ©Perundevi ✦ Language: Tamil ✦ First Edition: February 2021 ✦ Size: Demy 1 x 8 ✦ Paper: 18.6 kg maplitho ✦ Pages: 136

Published by Kalachuvadu Publications Pvt. Ltd., 669 K.P. Road, Nagercoil 629001, India ✦ Phone: 91-4652-278525 ✦ e-mail: publications @kalachuvadu.com ✦ Printed at Mani Offset, Chennai 600077

ISBN: 978-93-90802-46-3

02/2021/S.No. 995, kcp 2856, 18.6 (1) 9ss

மனங்கனிந்த நட்புடன்
அரவிந்தனுக்கும் பெருமாள்முருகனுக்கும்

பொருளடக்கம்

நூல்முகம்

1. *மாதொருபாகன்*: ஒரு ஆய்வுப் பயணம் — 15
2. *பரியேறும் பெருமாள்*: 'ஆண்மை'ச் சொல்லாடல்களும் ஆதிக்கச் சாதியுடனான உரையாடலும் — 38
3. *சாதியும் நானும்*: உள்திரும்பும் விழி — 50
4. "கௌரவக் கொலை": மாற்றுச் சொல்லாடலுக்கான தேவை — 62
5. *எந்திரன்*: புராணம், யதார்த்தம், தன்னிலை உருவாக்கம் — 82
6. தாயகம் கடந்த எழுத்து: வீடு, புறவெளி, பெண் அடையாளம் — 96
7. பசு, தாய்மை, இந்துத் தேசியம் — 114
8. "திராவிட இலக்கியம் எனும் கணவன் மைய இலக்கியம்:" அறிஞர் அண்ணாவின் சிறுகதைகள் — 127

நூல்முகம்

இத்தொகுப்பில் இடம்பெற்றிருக்கும் கட்டுரைகள் *காலச்சுவடு*, *காட்சிப்பிழை*, *மின்னம்பலம்* போன்ற பல்வேறு இதழ்களில் பிரசுரமானவை. தொகுப்பை முன்னிட்டுச் சற்றுச் செதுக்கியிருக்கிறேன். இத்தொகுப்பின் கணிசமான கட்டுரைகள் என்னுடைய உடல்-பால்-பொருள்: பாலியல் வன்முறை எனும் சமூகச் செயற்பாடு (2019) நூலில் இடம்பெற்ற கட்டுரைகளுக்கு முன்னர் எழுதப்பட்டவை. ஆனால் இரு தொகுப்புகளின் கரிசனைகளும் பொதுவானவை. தமிழ்ச் சமூக, பண்பாட்டுச் சூழலில் இரு பால் கட்டமைப்பு களின் இயல்பாக்கம், இயல்பாக்கத்தை நோக்கிச் செல்லும் பாதையில் நிகழும் வன்முறை, இடையீடுகள் குறித்தவை அவை. பால் கட்டமைப்புகள் எனும்போது, ஏற்கெனவே என் முந்தைய கட்டுரைத் தொகுப்பில் ஜூடித் பட்லரைச் சுட்டி நான் முன்வைத்திருந்த கருத்தாக்கமான "பால் (sex) என்பது நாம் புரிந்துவைத்திருக்கும்படி இயற்கையானதோ, உயிரியல் சார்ந்ததோ அல்ல; அதுவே சமூக, பண்பாட்டுக் கட்டுமானம்தான்" என்பதை அடியொற்றிப் பேசுகிறேன்.

இத்தொகுப்பிலும் ஒரு சரடாக அந்தக் கருத்தாக்கம் ஓடினாலும், இதில் இடம்பெற்றிருக்கும் கட்டுரைகளின் பிரத்யேகப் பங்களிப்பென ஒன்று உண்டு: பால்கள் கட்டமைக்கப்படுவதை ஆராயும்

விதத்தில், எதிர்பால் நியதிகளின் ஊடே இயங்கும் அதிகாரம் என்பதைப் பிற அதிகார வகைகளோடு இந்தக் கட்டுரைகள் தொடர்புறுத்திப் பார்த்திருப்பது அது. சமூகத்தில் குறிப்பிட்ட திசைகளை நோக்கி இயங்கும் அதிகாரத்தின் பன்மைத் தன்மையை பூக்கோ, பட்லர் முதலிய அறிஞர்கள் கூர்மையாக விவாதித்திருக்கிறார்கள். எதிர்பால் நியதிகளின் ஊடாக இயங்கும் அதிகாரம் தனித்த ஒன்றாகச் செயல்படுவது அல்ல. சாதி, சமயம், தேசம் முதலியவற்றின் சொல்லாடல்களோடு அவற்றின் இயங்குபுலங்களில் செயற்படும் அதிகார விசைகளோடு கூட இணைந்தும் விலகியும் செயல்படுவது அது. இங்கே நாம் புரிந்துகொள்ள வேண்டியது சாதி, தேசம், சமயம் முதலியவை ஒருவர் சுவீகரிக்கும், வெளிப்படுத்தும் வெறும் அடையாளங்கள் அல்ல; தன்னிலையை ஒழுங்குபடுத்த, உருவாக்க முயலும் அதிகாரச் சொல்லாடல் வெளிகள் அவை. அதே நேரத்தில், அந்த முயற்சியில் தடையையும் எதிர்ப்பையும் சந்திப்பவையும்கூட. அப்படித் தன்னிலைகளை முறைப்படுத்துவதில், உருவாக்குவதில், எதிர்பால் நியதிகளோடு கூட மேற்கூறிய அதிகாரச் சொல்லாடல் வெளிகள் ஒன்றுக்கொன்று குறுக்குவெட்டாகச் சந்தித்தபடி, இடையீடு செய்தபடி இருப்பதாலேயே இந்தத் தொடர்பைக் குறிப்பிடும் சமிக்ஞையாகத் தொகுப்பின் தலைப்பில் இடைக்கோடுகளைப் பயன்படுத்தியிருக்கிறேன்.

எதிர்பால் நியதிகளும் சாதிய மேலாண்மையும் இணைந்து ஒரே திசையில் பயணிப்பதை இத்தொகுப்பில் உள்ள *மாதொருபாகன்* நாவல், *பரியேறும் பெருமாள்* திரைப்படம், பெண் விரோதச் சாதியக் கொலைகள் முதலியவற்றை ஆராயும் கட்டுரைகள் எடுத்துக்காட்டுகின்றன. கூடவே, இவ்விரு அதிகார விசைகளுக்கு எதிராக, சமூகத்திலும் கலையிலும் துலங்கும் எதிர்ப்புகளும் அவை கைக்கொள்ளும் உத்திகளும் சம்பந்தப்பட்ட கட்டுரைகளில் கோடிட்டுக் காட்டப்பட்டிருக்கின்றன. திராவிட இலக்கியத்தை விமர்சிக்கும் சிறிய கட்டுரையும் இவ்விசைகளைச் சேர்த்துப் பார்க்க வேண்டிய தேவையைச் சொல்லிச் செல்கிறது. மேலும், இந்த அடிப்படையிலேயே தொகுப்பின் இன்னொரு கட்டுரை சாதி இருப்பின் தன்வரலாறுகளை மிகச் செறிவாகப் பதிந்திருக்கும் நூலான *சாதியும் நானும்* தொகுப்பு, சாதி வன்முறையைப் பேசிய அளவுக்கு எதிர்பால் அதிகாரத்தைக் கருத்தில்கொள்ளாததைச் சுட்டிக் காட்டுகிறது.

சாதி என்றில்லை, தேசம், சமயம் ஆகியவை சார்ந்த அதிகார இயங்குபுலங்களிலும் பாலியல்களை ஒழுங்குபடுத்தும்

எதிர்பால் நியதிகளின் பெரிய பங்கு உண்டு. *மாதொருபாகன்* நாவல், பெண் விரோதச் சாதியக் கொலைகள் போன்றவற்றைப் பற்றிய என் விசாரணைகளில் சமயமும் உள்ளிடையாக வருகிறது. தொகுப்பில் ஒரு கட்டுரை இந்துத் தேசியத்தில் பசுவுக்கும் பெண் தன்னிலைக்குமான ஒப்புமைக் கண்ணிகளின் தோற்ற வரலாற்றை, சமகால அரசியல் சூழலின் பின்னணியில் விரிவாக ஆராய்கிறது. இன்னொன்று தாயகம் தாண்டிய எழுத்து வெளியில் தேர்ந்தெடுத்த சில கதைகளை முகாந்திரமாகக் கொண்டு, இடம்பெயர்தலைப் புலம்பெயர்தல், குடிபுகுதல் என்று உத்திபூர்வமாகப் பிரித்துக் கதையாடல்களில் பால்பேதங்களும் அடையாளங்களும் வடிவமைக்கப்படுவதை விவரிக்கிறது. குடிபுகுந்த, புலம்பெயர்ந்த இடங்களில் வீட்டுக்கும் தேசத்துக்கும் இடையிலான தொடர்ச்சியையும் விடுபடல்களையும், அவற்றில் பெண் தன்னிலைகள் பங்குபெறுவதையும் விலக்கப்படுவதையும் கட்டுரையில் வாசிக்கலாம்.

எந்திரன் திரைப்படம் பற்றிய கட்டுரை ஒன்று தொகுப்பில் இடம்பெற்றிருக்கிறது. புதிய அறிவியல் தொழில்நுட்ப சாத்தியங்களின் வழியாக நவீன தேசத்தின் 'ஆதரிசக் குடிமகன்' கட்டமைக்கப்படும் விதத்தை அது பரிசீலிக்கிறது. ஆண்-பெண் எதிர்பால் உறவுக் களத்தில் காதல் அல்லது இச்சையில் கால்கொண்டு இத்தன்னிலை மேலெழுவதை விவரிக்கிறது. திரைப்படத்தில் பண்டைய கதை மரபுகளும் புராணங்களும் ஆங்காங்கே எடுத்தாளப்பட்டிருந்தாலும் அவை நவீன தேசத்தை முன்வைக்கும் நிகழ்த்துச் சூழலாகவே திரைப்படத்தில் பயன்பட்டிருப்பதையும் கட்டுரை அம்பலப்படுத்துகிறது.

வழக்கம் போல இந்தப் புத்தகத்தின் பின்னணியிலும் என்னுடைய நண்பர்களின் உதவி இல்லாமலில்லை. கட்டுரைத் தொகுப்பை வாசித்துப் பார்த்துச் சில இடங்களில் மொழிநடை குறித்து அரவிந்தன் ஆலோசனை தந்தார். நூலை மெய்ப்புப் பார்க்க உதவிய கிருஷ்ண பிரபுவுக்கும் வேம்புவுக்கும் கடமைப்பட்டிருக்கிறேன். ஆய்வுக் கட்டுரைகளைத் தொடர்ந்து எழுதும் ஆசையையும் முனைப்பையும் அரவிந்தனும் பெருமாள்முருகனும் வெவ்வேறு சமயத்தில் எனக்குத் தந்திருக்கிறார்கள். இருவருக்கும் இத்தொகுப்பைச் சமர்ப்பிக்கிறேன்.

தொகுப்பில் இடம்பெற்றிருக்கும் கட்டுரைகள் எழுதப்பட்ட சமயத்தில், வெளிவந்த சமயத்தில் உரையாடல்களின் மூலம் மகிழ்ச்சி தந்த நண்பர்கள் பா. வெங்கடேசன், கண்ணன் சுந்தரம், ஹரி இராஜலெட்சுமி, எழிலரசி, மைதிலி,

தேவிபாரதி, ரீனா ஷாலினி, ராஜன் குறை, ஸ்டாலின் ராஜாங்கம், என். கல்யாணராமன், கவிதா முரளிதரன், மாலன் ஆகியோரை அன்புடன் நினைத்துக்கொள்கிறேன்.

இத்தொகுப்பில் இடம்பெற்றிருக்கும் ஐந்து கட்டுரைகள் காலச்சுவடு இதழில் வெளிவந்தவை. காலச்சுவடு ஆசிரியர் குழுவுக்கும் இப்போது தொகுப்பு வடிவமைப்பில் உதவியிருக்கும் காலச்சுவடு பதிப்பகத்தைச்சார்ந்த கலா, ஹெமிலா, லதா ஆகியோருக்கும் என் மனமார்ந்த நன்றி.

ரோஹிணி மணியிடம் சில மாதங்களுக்கு முன்பு இத்தொகுப்பின் முதல் வரைவு தயாராக இருந்தபோதே முகப்போவியம் குறித்துப் பேசியிருந்தேன். கட்டுரைகளின் பேசுபொருட்கள் குறித்து அவருடன் சில நீண்ட உரையாடல்கள் நடந்தன. மிக அழகாகப் புரிந்துகொண்டு நேர்த்தியாக வரைந்து தந்திருக்கிறார். ஓவியத்தில் இடம்பெற்றிருக்கும் குறியீடுகளை வாசகர்கள் எளிதில் பொருள்கொண்டுவிடலாம். தண்டவாளங்கள், மீசை, பசு போன்றவை. இவற்றையெல்லாம் விட என்னை மிகவும் கவர்ந்தது சட்டெனத் தெரியாமலிருக்கும் நீண்ட கோடு. அதை அவர் எப்படி வரைந்தார் என்று தெரியாது. ஆனால் எனக்கு அந்தக் கோடு தேசமும் சாதியும் சமயமும் தன்னிலையையும் மற்றமையையும் பிரித்து உருவாக்கியபடி இருக்கின்றன என்பதற்கான அறிவிப்பாக இருந்தது. ரோஹிணிக்கு என் பிரியத்தைத் தெரிவித்துக்கொள்கிறேன்.

தம்பா, ஃப்ளாரிடா
டிசம்பர் 20, 2020

பெருந்தேவி

1

மாதொருபாகன்: ஒரு ஆய்வுப் பயணம்

பெருமாள்முருகனின் *மாதொருபாகன்* நாவலை வாசிக்கும் வழியிலும் அதை முன்னிட்டும் பழம் சமஸ்கிருத, தமிழ் நூல்களின் சொல்லாடல்களையும், தொடர்புடைய நாட்டார் வாய்மொழி மரபுச் சொல்லாடல்களையும் புரிந்துகொள்ளும் முயற்சியில் இக்கட்டுரையை எழுதுகிறேன். *மாதொருபாகன்* குறித்த சர்ச்சையிலும் விவாதங்களிலும் 'நியோகம்' என்கிற பழைய வழக்கமும் பெண் 'கற்பும்' முக்கியமாக இடம்பெற்றிருந்ததால் இவற்றைக் கட்டுரை முதலில் விவாதிக்கிறது. பின்னர் தமிழில் வாய்மொழி வழக்காறுகளையும் புராணங்களையும் கணக்கிலெடுத்துக்கொண்டு *மாதொருபாகன்* விவரிக்கும் திருவிழாச் சுதந்திரக் கலவிக்கும் நியோகத்துக்கும் இருக்கும் சொல்லாடல் தொடர்புறுத்தல்களையும் இடைவெளிகளையும் விளக்க முயல்கிறது. வாய்மொழி வழக்காறுகளின், வரலாறுகளின் அடிப்படையில் அமைந்த புதினமாக *மாதொருபாகன்* கூறப்படுவதால் இத்தகைய வரலாறுகளின், வழக்காறுகளின் முக்கியத்துவம் குறித்துத் தற்காலச் சிந்தனையாளர்களின் பார்வையைக் கட்டுரை பகிர்ந்துகொள்கிறது. கூடவே ஆண்வழிச் சந்ததி மற்றும் சாதி அகமணமுறை அடிப்படையிலான குடும்ப நிறுவனத்தை நாவல் பிரச்சினைக்குள்ளாக்குகிற விதங்களையும் அணுகுகிறது.

நியோகம் பற்றி சமஸ்கிருத நூல்களில்

தமிழில் பயன்படுத்தப்படுகிற நியோகம் என்ற சொல்லின் மூலம் “நியோக” என்கிற சமஸ்கிருதச் சொல்லின் அடிப்படையிலானது. மாதொருபாகன் நாவலில் மையமான பெண் கதாபாத்திரம் பொன்னா கோயில் திருவிழாவில் மகப்பேற்றுக்காகக் கொள்ளும் கலவியை நியோகம் என்பதாக நாவல் குறித்த இணைய விமர்சனங்களிலும் உரையாடல்களிலும் பலரும் குறிப்பிட்டிருந்தனர். மேலும் மகாபாரதக் கதையைப் பெரிதும் முன்வைத்து நாவல் பற்றிய தமிழ்ப் பேச்சுப் பரப்பில் நியோகம் வந்ததால் இப்பழக்கம் தமிழுக்கு அந்நியம் என்கிற கருத்தையும் சிலர் கொண்டிருக்கலாம்.

முதலில் ஒன்றைச் சொல்லவேண்டும்: சமஸ்கிருத ஆக்கங்களில் வெளிப்படும் பண்பாட்டு மரபுகளும் தமிழ்ப் பண்பாட்டு மரபுகளும் ஏதோ ஒரு காலப் புள்ளியில் பிணைந்துவிட்டிருக்கின்றன. வாய்மொழிக் கூறல்களாக நமக்குக் கிட்டும் சமூகச்செயற்பாடுகளின், வழக்கங்களின் ஆதிமூலத்தை மாற்றமுறாத ஒற்றைப் பண்பாட்டில் தேடுவதில் சிக்கல்கள் உள்ளன. என்றாலும் சில தரவுகளை முன்வைத்து மெல்லிய வேறுபாட்டுக் கோடுகளைச் சுட்டிக்காட்டலாம். அதுமட்டுமே சாத்தியம். தவிர, வியாச மகாபாரதம் சமஸ்கிருதத்தில் ஆக்கப்பட்டிருக்கும் காரணத்தாலேயே மகாபாரத இதிகாசத்தை சமஸ்கிருதச் செவ்வியல் மரபுக்கு நாம் தாரைவார்த்துவிட முடியாது. இன்றைக்கும் தமிழ்நாட்டில் வலுவோடிருக்கும் திரௌபதி வழிபாட்டுப் புராணங்களில், தெருக்கூத்து நிகழ்த்துதல்களில் தமிழ்க் கூறுகளும் (உதாரணமாக, மாமன் மகள்–அத்தை மகன் போன்ற தமிழ் மரபு திருமணச் சம்பந்த உறவுமுறை) சமஸ்கிருத மகாபாரத ஆக்கத்தின் கதையாடலும் உள்ளூர் நாட்டார் வரலாற்றுக் கதைகளும் பின்னிப் பிணைந்திருக்கின்றன. சமஸ்கிருத மகாபாரத ஆக்கமே பல்வகைப் பண்பாடுகளிலிருந்து எடுக்கப்பட்ட நாட்டார் கதைகளின், கிளைக்கதைகளின் தொகுத்தல்தான் என்று கருதுவோருமுண்டு. சமஸ்கிருத மரபு, தமிழ் மரபு ஆகியவற்றைப் பொருத்து எது எந்த மரபு, யாருடையது அது என்றெல்லாம் குழப்பங்கள் கொள்ளும்வகையில் பெரிய தொடர்ச்சியும் சில விடுபடல்களும் உள்ளன; இரண்டுக்குமிடையே செறிவான கொடுக்கல்வாங்கல்களும் இருக்கின்றன. இவற்றையெல்லாம் கருத்தில் கொண்டு நியோகம் என்ற பழக்கம் குறித்த சொல்லாடல்களை ஆராய வேண்டும்.

வேதகாலத்தில் குழந்தையற்ற பெண்ணுக்கும் அவளது கணவனின் சகோதரனுக்கும் இருந்த கலவியுறவையும், அவள்

கைம்பெண்ணாக இருந்தால் கணவனின் சகோதரனோடு அவளின் திருமணத்தையும் ரிக்வேதம் *(1200-1000 BCE)* குறிப்பிடு கிறது. ரிக்வேதம் ஆங்கில மொழிபெயர்ப்பிலிருந்து பின்வருவது: "மாலையிலும் காலையிலும் எங்கேயிருக்கிறார்கள் அஸ்வினித் தேவர்கள்? எங்கே தங்குகிறார்கள்? எங்கே இரவை நுழைந்து கழிக்கிறார்கள்? ஒரு கைம்பெண் தன் கணவனின் சகோதரரை, ஒரு இளம்பெண் ஒரு இளம் ஆணை வசிப்பிடத்தில் படுக்க வைப்பதுபோல யார் உங்களைப் படுக்க வைப்பது? *(10.40.2–4,* பார்க்க *Emeneau & van Nooten 1991, 483)*. நியோகம் என்ற வார்த்தை அப்படியே இங்கே வராவிட்டாலும், பின்னால் ஒன்பதாம் நூற்றாண்டில் மனு ஸ்மிருதி உரையாசிரியர் மேதா தீதீ இவ்வழக்கம் பற்றி மனு ஸ்மிருதியில் வருபவற்றுக்கு உரையெழுதும்போது இந்த ரிக்வேத வரிகளைச் சுட்டிக்காட்டுகிறார் *(Emeneau & van Nooten, 485)*. வேதாங்க ஆஸ்வலாயன க்ருஹ்ய ஸூத்ரத்திலும் *(4.2.18)* கணவனை இழந்த பெண் சிதையில் கிடத்தப்படும் பிணத்தோடு கணவனை இழக்கத் துணியாமல் கிடக்கும்போது, அங்கே அந்த மரணத்தின் புழுக்கத்திலிருந்து அவளை எழுப்புபவர்களில் முதன்மையாகக் "கணவனின் பிரதிநிதியாக அவனது சகோதரன்" சொல்லப்படுகிறார் *(Emeneau & van Nooten, 484)*. இறந்த கணவனின் சகோதரனோடு திருமணம் செய்துகொண்டோ, செய்யாமலோ கலவியுறவு கொள்வது வைதீகச் சமூகத்தில் விரும்பத்தக்கதாக இருந்தது என்பதுதான் உண்மை. இன்றைக்கும் இந்தியாவில் பற்பலச் சமூகங்களில் இருக்கும் அண்ணி–கொழுந்தன் (தேவர/தேவரம்) இடையிலான கேலிப்பேச்சுகளும் முன்பு நடைமுறையி லிருந்த இத்தகைய வழக்கத்தின் எச்சமாக, நினைவுகூர்தலாக இருக்கலாம்.

ரிக்வேதத்துக்குப் பின்னான தர்ம சாஸ்திர நூல்களில், முக்கியமாக மனு ஸ்மிருதியில் நியோகம் குறித்துக் குழப்பமான அணுகுமுறையைக் காண்கிறோம். ஒரு புறம் நியோகத்துக்குப் பல கட்டுப்பாடுகள் விதிக்கப்பட்டு ஒழுங்குபடுத்தப்படுகிறது; மற்றொரு புறம் ஒழுக்கக்கேடு என்று இவ்வழக்கம் நேரயடியாகக் கண்டிக்கப்படுகிறது (பார்க்க *Emeneau & van Nooten 1991*). குழந்தைப் பேறற்ற, முக்கியமாக ஆண்மகவற்ற நிலையில் மட்டுமே நியோகம் என்பதைத் தர்ம சாஸ்திர மனு ஸ்மிருதி *(200 B.C.E-200 C.E.)* வலியுறுத்துகிறது. நியோகத்தைப் பற்றி மனு ஸ்மிருதி இவ்வாறு கூறுகிறது: "வாரிசற்றுப் போகும்போது கைம்பெண் தன் கணவனின் சகோதரன் அல்லது உறவினன் மூலமாக விரும்புகிற குழந்தையைப் பெறலாம்" என்றும், "இதற்கென நியமிக்கப்பட்ட ஆண், மௌனமாகவும் நெய்யை மேலே பூசிக்கொண்டும் ஒரு குழந்தைக்காக மட்டும் இரவில் அக்கைம்பெண்ணைச் சேரலாம்" என்றும் சொல்கிறது *(9.59–9.60)*. இரண்டாவது குழந்தைக்காகவும்

இவ்வழக்கத்தைப் பின்பற்றலாமா என்பது தெளிவாக இல்லை *(9.61).* மேலும் நியோகம் செய்பவர்கள் சந்ததி பெறுவதை மட்டுமே இலக்காகக் கைக்கொள்ள வேண்டுமென்ற கருத்தை மனு ஸ்மிருதி வலியுறுத்துகிறது *(9.63).* "அவப்பேறு [குழந்தைப்பேறு இல்லாதிருப்பது] அற்ற நிலையில் தம்பியின் மனைவியிடத்தே செல்லும் அண்ணனும் அண்ணனின் மனைவியிடத்தே செல்லும் தம்பியும் தர்மத்தில் வீழ்ந்தவர்கள்" என்றும் கண்டிக்கிறது *(9.58; Emeneau & van Nooten 484).*

பொதுவாகவே தர்மசாஸ்திர நூல்களின் காலகட்டத்தில் எல்லாச் சாதியினரும் இப்பழக்கத்தைக் கைக்கொண்டிருக் கின்றனர், என்றாலும் "இருபிறப்பாளர்கள்" என்று கருதப்படும் பிராமண, சத்திரிய, வைசியர்களுக்கு இந்த "மிருக வழக்கம்" தகாது என இதிலும் வருணப் பாகுபாட்டை மனு ஸ்மிருதி வலியுறுத்துகிறது *(9.66).* மனு ஸ்மிருதியிலிருந்து சற்று காலத்தால் பிற்பட்ட இன்னொரு தர்ம சாஸ்திர நூலான நாரத ஸ்மிருதியோ அனைவருக்குமானதாகவே நியோகத்தைச் சொல்லுகிறது. என்றாலும், நாரத ஸ்மிருதியும் ஒருசில கட்டுப்பாடுகளை இவ்வுறவுக்கு விதிக்கிறது. அதில் முக்கியமானவொன்று, பெண்ணுக்கும் நியோகம் மேற்கொள்ளும் அவன் கணவனின் சகோதரனுக்குமிடையே காதல் ஒருபோதும் கூடாதென்பது *(12.88; Emeneau & van Nooten 486).* மனு ஸ்மிருதியும் நியோக உறவில் காதலை மறுக்கிறது *(9.63)* இவையெல்லாமே வேதகாலம் முதல் புழங்கிய ஒரு வழக்கத்துக்குத் தடைகளை உண்டாக்குவது, விதிகளை இறுக்குவது.

வியாச மகாபாரதத்தில் *(500 B.C.E—400 C.E.)* வியாசர் சத்யவதியால் நியோகத்துக்கு நியமிக்கப்படும்போது, தான் கூடும் பெண்களுக்குப் பிடிக்காதவண்ணம் அருவருப்பு உருவம் கொண்டவராக ஏன் காட்டப்படுகிறார் என்பதை இங்கே யோசிக்கலாம். தர்ம சாஸ்திரங்கள் கூறுவது போல நியோகத்தில் பெண்களுக்குக் காம இச்சை வந்துவிடக் கூடாது, நியோக உறவுகொள்ளும் ஆணோடு உறவுப்பிணைப்பு வலுப்பட்டு விடக் கூடாதென்ற காரணங்கள்தாம் அடிப்படையாக இருந்திருக்கவேண்டும். "பருவமற்ற பருவத்தில் என் தம்பிக்கு நான் குழந்தைகள் தரவேண்டுமானால், [அந்தப்] பெண்கள் என் கோரத்தைப் பொறுத்துக்கொள்ளட்டும். அது அவர்களின் ஆகச்சிறந்த தவமாகவும் இருக்கும். கோசலையின் அரசகுமாரி [விசித்திரவீர்யனின் மனைவி] என் நாற்றத்தையும் கோர உருவத்தையும் ஆடையையும் உடலையும் பொறுத்துக்கொண்டு சிறந்த மகனைப் பெற்றுத்தரட்டும்" என்று வியாசர் கூறுவது கருதத்தக்கது (ஆதிபர்வம், மகாபாரதம்).

அதேநேரத்தில் பெண்ணின் இச்சையின் சுகமும் கணவனைத் தாண்டிய கலவியுறவில் ஒரு அடிக்கோடாக இருந்ததென்பதை மறுக்கவும் முடியாது. உதாரணமாக, குழந்தைபெற இயலாத பாண்டு தன் மனைவி குந்தியை நியோகத்துக்குச் சம்மதிக்க வைக்கும் வகையில் பேசும்போது பெண் சுதந்திரத்தோடு அவ்வழக்கம் இணைந்திருப்பதாகக் காட்டப்படுகிறது. ஒருத்திக்கு ஒருவன் என்ற நடைமுறை எவ்வாறு ஆதியிலிருந்து இல்லை என்பதையும் பாண்டு விளக்குகிறான். முன்பொரு சமயத்தில் ஸ்வேதகேதுவின் தாய் இன்னொருவனால் அழைக்கப்பட்டுச் செல்லும்போது அவன் மனத்தில் எழுந்த கோபத்தால் அவன் உருவாக்கிய நியதி அது என்கிறான். ஒரு ஆணுக்கு உடைமை என்பது இயற்கையானதல்ல, வரலாற்றில் ஒரு புள்ளியில் உருவானது என்பதே அவன் புரட்சிகரப் பேச்சின் சாரம். கூடவே பாண்டு இப்படிக் கூறுகிறான்: “பெண்கள் அக்காலத்தில் வீட்டிலடங்கி கணவன், மற்ற உறவினர்கள் ஆகியோரைச் சார்ந்து இருந்ததில்லை. சுதந்திரமாகத் திரிந்து தமக்குப் பிடித்த விதத்தில் இன்பங்களை அனுபவித்தார்கள். அழகானவளே! அவை பாவங்களாகவும் கருதப்பட்டதில்லை. அப்போது அவை ஏற்றுக்கொள்ளப்பட்டே இருந்தன. இன்றைக்கும் பறவைகளும் விலங்குகளும் எப்பொறாமையுமின்றி அப்படித்தான் செயல்படுகின்றன. அது ரிஷிகளால் பாராட்டப்பட்டது. வடக்கின் குருசமூகத்தில் இன்றைக்கும் புழங்குகிறது. பெண்களுக்கான சுதந்திரத்துக்குப் பாரம்பரியத்தின் அங்கீகாரமுண்டு.” அவன் வாதத்தை ஏற்றுக்கொள்கிற குந்தி தான் ஏற்கெனவே பெற்ற வரத்தைச் சொல்லித் துணைவர்களைத் தேர்ந்தெடுக்கிறாள். என்றாலும் கணவன் சொல்கிற தெய்வங்களைத்தான், அவன் சொல்லுக்குக் கட்டுப்பட்டுக் குந்தி தேர்ந்தெடுக்கிறாள் என்பதையும் நாம் கவனிக்க வேண்டும் (ஆதிபர்வம், மகாபாரதம்).

மேலே கூறியவற்றின் அடிப்படையில், நியோகம் ஆணை முதன்மைப்படுத்திய சமூக வழக்கமா என்றால் ‘ஆம், என்றாலுமேகூடச் சில தளர்வுகளை அது நல்கியிருந்தது’ என்றுதான் சொல்ல வேண்டும். வரலாற்றாய்வாளர் கும்கும்ராய் ஆண்வழிச் சந்ததி முறைக்கு நியோகம் இயைந்துவராததைக் குறிப்பிடும்போது “கோட்பாட்டளவில் தன் சந்ததி அல்லது தன் இனப்பெருக்க சக்திகள் குறித்துப் பெண்ணுக்கு அதிகாரம் இருந்ததை நியோகம் சுட்டவில்லை. ஆனால் ஆண்வழிச் சந்ததி என்பதன் ஒருமையை அது அச்சுறுத்தியிருக்கக்கூடும்; சிதைத்திருக்கக்கூடும். எந்த அளவுக்குக் குடும்பத்தில் ஆண் சந்ததி இல்லாதது பிரச்சினையாக இருந்ததோ அந்த அளவுக்குக் கணவனை இழந்த பெண்ணுக்கும் கணவனின் சகோதரனுக்குமான காம உறவும் பிரச்சினையாகவே கருதப்பட்டது” என

எழுதுகிறார் (1994, 6). மேலும் அவர் "இவ்வுறவு ஆண், பெண் பாலியல்களுக்கு இடையிலான படிநிலை, மூத்தவர்–இளையவர் இடையிலான படிநிலை" ஆகியவற்றுக்குச் சவாலாகவே இருந்தது என்கிறார் (1994, 6).

வேதகாலத்துக்குப் பின்னால் தர்ம சாஸ்திரங்களின் காலகட்டத்தில் இவ்வழக்கம் தகாதென எச்சரிக்கப்பட்ட தற்கும் கட்டுப்பாடுகள் விதிக்கப்பட்டதற்கும் மேற்குறிப்பிட்ட படிநிலைகளை நியோகம் குலைத்தது ஒரு காரணமாக இருந்திருக்கலாம். வேதங்களிலிருந்து தர்ம சாஸ்திரங்களுக்கு நகர்கையில் இவ்வழக்கத்துக்கு எதிரான கருத்துநிலை எவ்வாறு, எப்படி இறுக்கமாக மாறியதென்று கேள்வி எழலாம். நியோகம் சார்ந்து காலப்போக்கில் வைக்கப்பட்ட கட்டுப்பாடுகளுக்கும் பெண்களின், குறிப்பாகக் கணவனையிழந்த பெண்களின் நிலை குன்றியதற்கும் பொருண்மையான தொடர்பிருப்பதுபோல் தோன்றுகிறது. இத்தொடர்பில் இதற்கும் கற்பு என்கிற கற்பிதத்தின் வகிபாகமும் இருக்கிறது.

கற்பும் பெண் தன்னிலைகளும்

பெருமாள்முருகனின் *மாதொருபாகன்* நாவல் "பெண் களின் கற்பு பற்றிக் கேவலமாகச் சித்தரித்தது," "பெண்களை இழிவுபடுத்தியிருக்கிறது" என்றெல்லாம் அதை எதிர்த்த திருச்செங்கோடு ஊர் மக்கள் மட்டுமன்றி சில தமிழ் எழுத்தாளர்களும் கருத்து தெரிவித்திருந்தனர். கற்புக் கருத்தியல் குறித்த விமர்சன ஆய்வு இவ்விடத்தில் அவசியமாகிறது. பெண் கற்பு தமிழ்வாழ்வுக்கும் பண்பாட்டுக்குமான தனிப்பட்ட சிறப்பு எனக் கருதுகிறார் தமிழறிஞர் ஜார்ஜ் எல் ஹார்ட். புறநானூறு உள்ளிட்ட தொல் தமிழ் இலக்கியங்களில் கற்பு குறித்து வருகிற கருத்தாக்கங்கள் சமஸ்கிருத வேதங்களில் இல்லையென்று அவர் தன் கட்டுரையொன்றில் (1973) எழுதுவது குறிப்பிடத்தக்கது. இதற்கான சான்றுகளில் ஒன்றாக வேத சமயம், தத்துவம் பற்றிய ஆராய்ச்சியாளரான ஏ.பி. கேத் என்கிற அறிஞரைச் சுட்டி *சதபதபிராமணம்* விவரிக்கும் வருணப்பிரகாசம் (11.5.2.20) என்கிற சடங்கை அவர் குறிப்பிடுகிறார் (1973, 247). வறுத்த பார்லி தானியத்தைத் தெற்குத் திசையில் வளர்க்கும் வேள்வித்தீயில் இடுகிற பலிசார்ந்த சடங்கு அது. வேள்வி செய்பவரின் மனைவி அச்சடங்கின்போது தனக்கு எத்தனை காதலர்கள், அவர்கள் பெயரென்ன ஆகியவற்றைக் கூறவேண்டும். அல்லது அவள் அவ்வெண்ணிக்கைக்கு ஏற்ப தர்ப்பைப் புல்களைக் கையிலுயர்த்திக்காட்டவேண்டும். அவ்வாறு செய்யும்போது தன் பாவங்களை அவள் களைந்துவிடுவதாக

நம்பப்படுகிறது. இச்சடங்கில் பெண் மனம்திறந்து உண்மையைச் சொல்லவில்லையென்றால் அவள் 'தொடர்புகளுக்குக்' கேடுறும் (Hart, 247). மேலும் அவள் தெற்குத் தீயில் தன் தட்டுகளிலிருப்ப வற்றை வார்க்கும்போது "எங்கள் கிராமத்தில், காட்டில், ஆண்களுக்கிடையில் எங்களுக்கிடையில் என்ன பாவம் நடந்திருந்தாலும் இப்பலி மூலம் அவற்றைக் களைகிறோம்." என்று கூறுவதாகவும் வருகிறது (Hart, 247). சதபதபிராமணத்தில் இன்னொரு இடத்தில் (4.5.9), வயதாகி, உருக்குலைந்த சியவனரை மணம் செய்துகொள்ளும் சுகன்யா, "என் கணவர் இருக்கும் வரை அவருக்கு என் தந்தையால் தரப்பட்டிருக்கிற நான் அவரைவிட்டு விலகமாட்டேன்" என்றிருப்பதையும் ஹார்ட் எடுத்துக்காட்டுகிறார் (247). கணவன் இறந்தபின் அவள் வேறொரு வரை மணக்கலாம் என்பதை இதன் உள்ளர்த்தமாக அவர் கொள்கிறார்.

கற்பு என்கிற வார்த்தைக்குச் சமானமாகப் பயன்படுத்தப் படும் "பதிவிரத்யம்" என்கிற சொல் இதிகாசங்களுக்கு முற்காலத்து சமஸ்கிருத நூல்களில் காணப்படுவதில்லை என்பது வியப்பளிக்கிறது. மேலும், சமஸ்கிருதத்தில் "பலத் சம்போகம்" (வன்புணர்வு) என்கிற பயன்பாடு இருக்கிறதே அல்லாமல் கற்பழிப்பு என்கிற சொல்லில்லை (Hart 1973, 243). ஆகவே கற்பு, அதாவது "கற்றல்" மூலம் உணர்வுகளைக் கட்டுப்படுத்தி வைத்தல் (அல்லது பதனப்படுத்தல்) என்பது தமிழுக்கே உரித்தான உணர்வாக விளங்குவதையும் ஹார்ட் விவரிக்கிறார் (243). சமஸ்கிருதத்தில் இருக்கும் 'பலத் சம்போகம்' என்கிற பயன்பாட்டிலிருந்து 'கற்பழிப்பு' மாறுபட்ட பொருளில் விளங்குவதையும் சுட்டுகிறார் (243). இச்சொற்களைக் கூர்ந்து வாசிக்கும்போது, முதலாவதான சமஸ்கிருதச் சொல் ஆணின் வன்முறையைப் புணர்தல் நிகழ்வை மையப்படுத்தி வைக்கிறது. வன்முறைக்கான பொறுப்பை ஆணிடத்தில் நிறுவுகிறது. இரண்டாவதோ ஆணின் வன்முறையை அழித்தல் வினையின் மூலம் காட்டினாலும், காலம்காலமாகப் பெண் கட்டிக்காக்க வேண்டிய, பெண்ணுடல் சார்ந்த, உணர்வு சார்ந்த புனிதம் அழிந்ததைச் சுட்டுகிறது. ஆக, மீட்கப்பட முடியாத இழப்பு என்பது பெண்ணுக்கேயானதாக இச்சொல் வாயிலாக நிறுவப்படுகிறது.

கணவனை இழந்தபின் இன்னொரு ஆணை மணக்கிற அல்லது அவனோடு கலவியுறவுகொள்கிற பெண்ணைப்பண்டைய தமிழ் இலக்கியம் எதிலுமே நம்மால் பார்க்கமுடியவில்லை. கற்பு என்பதான தமிழ்ப் பண்பாட்டுச் சொல்லாடல் ஒரு பெண் கணவனையிழந்த பின்னும் அவனிடத்தில் அவள் பற்றுறுதியோடு இருக்கவேண்டி அவளின் பாலியலை அப்படியே காத்து வைக்க

முனைகிறது. கைம்பெண்ணைப் பல்வேறு கட்டுப்பாடுகளோடு இன்னொரு ஆணோடு தொடர்புறுத்துகிற நியோகம் சார்ந்த சமஸ்கிருதச் சொல்லாடல்களிலோ பெண்ணின் பாலியல் ஆண் சந்ததியை முன்னிட்டு இனப்பெருக்க இயந்திரமாக இருக்கிறது; ஆனால் தமிழ்ச் சொல்லாடலில் கற்புக் கருத்தியல் ஆண் எனும் திருவுருவின் மீதாகப் பெண் கொள்ளவேண்டிய பற்றுறுதியின் இடமென அவளின் பாலியலைக் கட்டமைக்கிறது. அப்படிக் கட்டமைக்கும்போது "கற்புடை மகளிரின்" பாலியல் பல்வேறு ஒழுங்குமுறைகளுக்கு உட்படுத்தப்படுகிறது. இப்படிச் சொல்லலாம்: நியோகத்தில் பெண்ணின் பாலியல் அவள் விருப்பம் அல்லது இச்சையைக் கேள்விக்குள்ளாக்கி ஆண் சந்ததிக்கான கச்சாப்பொருளாக மடைமாற்றப்படுகிறது என்றால், கற்பெனும் கருத்தியலோ பெண்ணின் பாலியலை இனப்பெருக்கத்துக்கோ, இச்சைக்கோ எடுத்தாள முடியாத படிக்குக் கடவுட்படிமமாக அதை உறையவைத்துவிடுகிறது. சமஸ்கிருத குடும்ப மரபு, தமிழ்க் குடும்பமரபுச் சொல்லாடல் களுக்கு இடையேயான வேறுபாடு இது. ஆனால் இரண்டுமே ஆண்–பெண் பால் படிநிலையை மீளுருவாக்கும் சொல்லாடல்கள் தாம்.

நியோகத்துக்கு அப்பாலும் கணவனை இழந்த அல்லது கணவனால் கைவிடப்பட்ட பெண்களின் மறுமணத்துக்கு வேதகாலத்தில் சமூகத்தடை பெரிதாக இருந்ததாகத் தெரிய வில்லை. உதாரணமாக, ஐத்திரேய பிராமண நூலின் வரிகள் ஒரு பெண்ணுக்கு ஒரே நேரத்தில் பல கணவர்கள் கூடாதென்கின்றன, பின்னாளில் மகாபாரத ஆதிபர்வ உரையில் நீலகாந்தர் இதைக் குறிப்பிட்டு வெவ்வேறு காலங்களில் பல கணவர்களை ஒரு பெண் மணக்கலாம் என்பதை இது குறிக்கிறது என எழுதுகிறார் (பார்க்க: ஈஸ்வர சந்திர வித்யாசாகர் (1855) 2012, 116). தர்மசூத்திர நூல்களும் (300 BCE to 100 CE), விட்டுச்சென்ற கணவனுக்காக பிராமணப் பெண் ஐந்து வருடங்களுக்கு மேல் காத்திருக்கவேண்டிய அவசியமில்லை என்கின்றன (Altekar 1959, 84). வியாச மகாபாரதத்தில் வன பர்வத்தில் தன்னைத் தீயநோக்கோடு அணுகுகிற வேடனொருவனைக் கற்பினால் வீழ்த்துகிறாள் தமயந்தி. ஆனால் அதே மகாபாரதத்தில் ஆரண்யக பர்வத்தில் நளன் விட்டுச்சென்று நாட்களானபின் இன்னொரு சுயம்வரத்துக்குத் தமயந்தி தயாராவது சொல்லப்படுகிறது (Hart 1973, 247-48). இதிலிருந்து விலகி, அந்நூலின் சாலிய பருவம் போன்ற பகுதிகளில் பழந்தமிழ் இலக்கியம் காட்டுகிற பெண்ணின் கற்பை ஒப்பிடக்கூடிய வகையில் கணவனிடத்தில் ஒரு பெண் கொள்ள வேண்டிய பற்றுறுதி, அதன் தெய்வீக சக்தியின் நிரூபணம் இவையெல்லாம் வந்துவிடுகின்றன, இப்படியான இருவகை

போக்குகளும் வேதத்துக்குப் பின்னாலான சமஸ்கிருத மகாபாரத இதிகாசத்தில் இடம்கொள்கின்றன என்று சொல்லாடல் புலத்தில் நிகழ்ந்த மாற்றத்தைச் சுட்டிச் செல்கிறார் Hart (248).

மாறாக, பண்டைய தமிழ் இலக்கியங்களில் கைம்பெண்ணுக்கு அவலம் மட்டுமே வாழ்வாக இருந்தது. கைம்மை தருகிற துயரங்கள் பல சங்கத் தமிழ் இலக்கியப் பாடல்களில் பதிவாகி யிருக்கின்றன. கைம்பெண் அணிதுறத்தல், சுவையான உணவை மறுத்தல், கல்படுக்கையில் உறங்குதல், யானையின் காலடி அளவே இருக்கும் இடத்தை மெழுகி, அந்தப் புல்தரையில் இறந்த கணவனுக்கு உணவை, பிண்டத்தை அளித்தல் போன்றவை பல புறநானூற்றுப் பாடல்களில் (100-250 CE) விவரிக்கப்படுகின்றன (பார்க்க புறப் பாடல்கள்: 224, 246, 250, 280, 253, 261) என்று ஹார்ட் சுட்டிக்காட்டுகிறார் (1973). புல்தரையில் இலையிட்டுப் படைத்த உப்பற்ற பிண்டத்தைக் கைம்பெண் தான் உண்டு வாழ்வாள் என்று துரைசாமிப் பிள்ளையின் புறநானூறு உரையை மேற்கோள் காட்டுகிறார் ஹார்ட் (புறம் 234; 249, பார்க்க Hart 1973, 241).

கைம்பெண்கள் செய்துகொள்ள வேண்டிய தலையை மழித்துக்கொள்ளலையும் ஹார்ட் ஆராய்கிறார். கைம்பெண் தலையை மழித்துக்கொள்ளுதல் பார்ப்பன, ஆரியர்களின் கொடிய நடைமுறை என்றொரு பரவலான புரிதலுண்டு. ஹார்ட்டை வாசிக்கும் முன்னர் நானும் அவ்வாறுதான் நினைத்தேன். ஆனால் அது பார்ப்பன ஆரிய மரபல்ல என்று தரவுகளை எடுத்துக்காட்டி ஹார்ட் மறுக்கிறார். தர்ம சாஸ்திர நூல்களில், முக்கியமாக மனு ஸ்மிருதியில் கைம்பெண்களின் மணம் மறுக்கப்படுதல், கனிகளையும் வேர்களையும் அவள் உண்டு வாழ்தல் போன்றவை சொல்லப்படுகின்றன; என்றாலும் தலையை மழித்தல், கல்படுக்கையில் படுத்தல், கணவனுக்குப் பிண்டம் கொடுத்தல் போன்ற புறநானூற்றுக் கைம்பெண் வழக்கங்கள் புறநானூறுக்குக் குறைந்தபட்சம் ஆறுநூற்றாண்டுகளுக்குப் பின்னாலான சமஸ்கிருத ஸ்கந்த புராணத்தில்தான் வருகின்றன என்று குறிப்பிடுகிறார் (1973, 248). வட இந்தியப் பார்ப்பனர்கள் இவ்வழக்கத்தைப் பின்பற்றியதில்லை என்பது இவ்விடத்தில் குறிப்பிடத்தக்கது. உமா சக்ரவர்த்தி போன்ற வரலாற்றாசிரியர்களும் (1995, 2248), கைம்பெண் தலை மழித்தல் வழக்கம் தெற்கத்திய, மேற்கத்திய (கர்நாடகம், மஹாராஷ்டிரம்) பிராமணப் பெண்களால் மட்டுமே பின்பற்றப்பட்டது என்றெழுதுகிறார்கள். மஹாராஷ்டிரத்தில் கணவனையிழந்த பிராமணப் பெண் தலைமழிக்கவேண்டும் என்று 18ஆம் நூற்றாண்டில் சட்டமிடப்பட்டது. அதே பதினெட்டாம் நூற்றாண்டின் ஸ்த்ரீ தர்மபத்ததி என்ற தஞ்சைப் பின்னணி நூலில், பிராமணப் பெண்கள் மட்டும்

தலைமழிக்கவேண்டும், மற்றவர்களுக்குக் கட்டாயமில்லை என்பவை போன்ற தகவல்களைத் தருகிறார் சக்ரவர்த்தி (2252). கைம்பெண் தலைமழித்தல் சமூகத்தால் பாலியல் கட்டுப்படுத்தப்பட்ட, ஒடுக்கப்பட்ட பெண்ணுக்காகக் கட்புலன் சார்ந்த குறியீடாகச் செயல்பட்டதும் சக்ரவர்த்தியால் குறிப்பிடப் படுகிறது (2252).

எவ்வாறு தலைமழித்தல் பெரும்பாலும் பார்ப்பனக் கைம்பெண்களுக்கான வழக்கமானது என்பதையும் விளக்க முயற்சிக்கிறார் ஹார்ட் (1973, 250): "தமிழகத்தில் மற்றவர்களைக் காட்டிலும் ஆரிய மூலம் சார்ந்தவர்களாக இருக்கும் பார்ப்பனர்கள் [பார்ப்பனப் பெண்கள்] மட்டுமே பெரும்பாலும் தலை மழித்தலைச் செய்கிறார்கள். இந்தோ-ஆரியப் பண்பாட்டில் மண்சார்ந்த மரபுகள் எப்படிக் கலந்தன என்பதை இது காட்டு கிறது; ஒரு குழுவின் இணைவு [இப்பண்பாட்டில்] நடக்கும் முன்னர் அந்தக் குழுவுக்குள் நுழைகிற பார்ப்பனர்கள், அது பாராட்டுகிற மதிப்பீடுகளை, அக்குழுவின் மதிப்பைப் பெற வேண்டி உடனடியாகச் சுவீகரித்துக்கொள்வார்கள். எனவே இவ்வழக்கம் பார்ப்பனச் சமயத்தில் நிலைநிறுவப்பட்டது, அது பார்ப்பனர்களின் வம்சாவளியில் வந்தவர்களால் சட்ட நூல்களில் எழுதப்பட்டது, முந்தைய [சமஸ்கிருத] நூல்களைப் பிரதியெடுக்கும்போது உள்ளே நுழைக்கப்பட்டது. தமிழரால் வியந்தோதப்படுகிற கற்பின் ஆதரிசம் போன்ற ஒன்றுதான் இன்றைக்கு இந்தியா முழுவதும் பரவியிருக்கிறது."

ஹார்ட்டின் வாதங்களிலிருந்து உறுதியான முடிவுகளுக்கு வரமுடியுமா என்பது ஐயம் என்றாலும் சில சாத்தியப்பாடுகளை அவை தருகின்றன. எத்தனையோ நூற்றாண்டுகள் கடந்து வந்திருக்கிறோம். நீண்ட காலம் என்பதை நிகழ்ந்தவற்றின் மீது அந்த அளவுக்கு நீண்ட திரை மறைப்பாகத்தான் கொள்ள முடியும். மேலும், தலை மழித்தல் போன்ற கடும் சம்பிரதாயங்களைத் தமிழர் குழுக்கள் பின்பற்றினார்கள் என்றால் யார் அவர்கள், எல்லாருமா என்ற கேள்விகளும் எழுகின்றன. பிற எந்தச் சமூகத்தைப் போலவே தமிழர்களும் ஒத்த, ஒற்றைப் பண்பாட்டைக் கொண்டவர்களாக இருந்திருக்க முடியாது. பல துண்டங்களான சமூகக் குழுக்களாக இருந்திருக்கவேண்டும். புறப்பாடல் களைப் பார்க்கும்போது மழித்தல் பழக்கத்தை அரசர்கள் பின்பற்றியிருக்கிறார்கள். "உயர்சாதியைச்" சார்ந்த வேறுசில மக்கள் பின்பற்றியிருக்கலாம். இலக்கியப் பதிவுகளிலிருந்து மற்றவர் களைப் பற்றி ஏதும் பெரியதாகத் தெரியவில்லை.

மாதொருபாகன் நாவலை முன்னிட்டு இவற்றையெல்லாம் விவாதிப்பது சில முக்கியமான கேள்விகளை எழுப்புவதற்காகவே.

ஹார்ட்டின் வரலாற்றெழுத்தில் பழங்காலத் தமிழகத்தில் பார்ப்பனத் தன்னிலைகளின் உருவாக்கம் திராவிட மரபுகளை உள்வாங்கிக்கொண்டு நடந்ததாக இருக்கிறது. இப்படியான உள்வாங்கல்/பரிமாற்றச் சாத்தியப்பாடுகள் இருக்கும்போது கற்பு என்பதைக் காலங்காலமாக மாறாத ஒன்றாக, மாற்றத்தின் சாத்தியம் தீண்டாத ஒன்றாக, திராவிட, தமிழ்ப் பண்பாட்டுக் கூறாகத் தொடர்ந்து முன்நிறுத்தவேண்டுமா என்கிற கேள்வி எழுகிறது. பெண் கற்பை மையப்படுத்திய மரபுகளின் கொள்கலங் களாகத் "திராவிட" அல்லது "தமிழ்ப்" பெண் தன்னிலைகள் தொடர்ந்து ஏன் முன்வைக்கப்படவேண்டும்? "ஆரிய," "சமஸ்கிருத" மரபுகளின் பின்னணியில் வரலாற்றெழுத்தில் இடம்பெறும் நியோகம் மற்றும் அதை நினைவூட்டுகிற சந்ததிப் பெருக்க மரபுகளும், அம்மரபுகளில் ஓடும் பெண்ணிச்சைக்கு (சிறிதேனும்) இருக்கும் இடமும், தமிழ்ப் பெண் தன்னிலைகளைக் கட்டமைக்கலாம் என்பதை ஏற்றுக்கொள்வதில் எந்த முன்முடிவு நம்மைத் தடுக்கிறது?

இந்தக் கேள்விகள் முக்கியத்துவம் வாய்ந்தவை. வரலாறெனும் பெருங்கதையாடல் துண்டு துண்டாகக் கிடக்கும், கிடைக்கும் தரவுகளால் கட்டமைக்கப்படுகிறது. இந்தப் பெருங்கதையாட லிலும் குறுக்கும் நெடுக்குமெனப் பல திசைகளில் செல்லும் போக்குகளையும் இயக்கங்களையும் அகழ்வது மட்டுமே சனநாயக ரீதியான உரையாடலுக்கு நமக்கு உதவும். எழுதப்பட்ட வரலாற்றுப் பிரதி, அது சார்ந்த தரவுகள், உரை இவையெல்லா வற்றையும் பொருள்கோட்டுச் சந்தேகம் (*hermeneutic of suspicion*) என்னும் அறிவுப்பூர்வமான செயல்பாட்டுக்கு உட்படுத்துவது பெண்ணியச் செயல்பாடுகளுக்கும் அரசியலுக்கும் வலுசேர்க்கும். வாய்மொழி நாட்டார் வழக்காறுகளின் முக்கியத்துவமும் இதில் தொடர்புற்றிருக்கிறது

வாய்மொழி வரலாறுகள்

பண்பாட்டுச் சொல்லாடல்களில் சமூகத்தில் ஒடுக்கப்பட்ட நிலையில் இருப்பவர்களின் குரல்களைப் பதிவுசெய்வதில் வாய்மொழி வரலாறுகளுக்குப் பெரும் பங்கிருக்கிறது. 1960களிலிருந்து பெண்ணிய வரலாற்றெழுத்தில் வாய்மொழி வரலாறுகளின் அவசியமான பங்களிப்பை ஷெய்லா ரௌபத்தம் (1973) போன்ற பிரிட்டிஷ் பெண்ணியக் கோட்பாட்டாளர்கள் விளக்கியிருக்கிறார்கள். குறிப்பாக, ரௌபத்தம் ஆணை மட்டுமே முதன்மைப்படுத்தும் வாழ்க்கைப் பதிவுகளை, ஆண்களின் எழுத்துத் தரவுகளை அடிப்படையாகக் கொண்டு வரலாறு என்பது மேட்டிமைத்தனமாகக் கட்டமைக்கப்படுவதைக்

கடுமையாக விமர்சிக்கிறார். சூசன் அர்மிடேஜ் (2002) போன்ற இன்னும் சில வரலாற்றாசிரியர்கள் ஒடுக்குமுறைகளுக்குப் பெண்கள் ஆட்பட்டிருக்கும் பகுதிகளில், பெண்களின் குரல்கள் நெறிக்கப்பட்டிருக்கும் இடங்களில், இவற்றைத் தெரிந்துகொள்ள வாய்மொழி வரலாறு எத்தனை இன்றியமையாததாக உள்ளதென்று விவரித்திருக்கிறார்கள். கற்பு கடவுட்படிமமாகக் கட்டமைக்கப்பட்டிருக்கும் தமிழ்ப் பண்பாட்டுப் பரப்பில் பெண்களின் பாலுணர்வுத் தேவையை, தேர்வைத் திரை மறைவிலிருந்து பார்வைக்குக் கொண்டுவருவதில் வாய்மொழி வரலாறுகளின் ஆகப்பெரிய பங்கை மறுக்கமுடியாது. என்றாலும், வாய்மொழி வரலாறென்று வருகிறபோது முதலில் பலருக்கும் வருகிற சந்தேகம் வாய்மொழித் தரவுகளும் மூலங்களும் நம்பத் தகுந்தவையா என்பதே. மீண்டும் மீண்டும் "ஆதாரத்தைக் காட்டு" என்று பலர் கேட்பதும் இதனாலேயே.

இங்கே முதலில் நாம் கேட்டுக்கொள்ளவேண்டியது: ஏன் எழுதப்பட்ட வார்த்தைக் கோவையை "வரலாறு" என்ற ஒட்டுப் பெயரோடு வரும்போது நம்புகிறோம்? அதுவே வாய்மொழி என்கிறபோது ஏன் மறுக்கிறோம்? இத்தகைய முன்முடிவுகள், தடைகள் எவ்வாறு நம் எண்ணங்களில் உருவாகியிருக்கின்றன? சொல்லப்போனால் நம்மிடையே புழங்கும் பல எழுத்து வரலாறுகள் வாய்மொழித் தரவுகள் மூலமாக உருவானவை. ஏன், நம்மிடமிருக்கும் காலனிய இனவரைவியல் எழுத்துப் பதிவுகள், ஆவணங்கள் பலவும் வாய்மொழித் தரவுகள், களப்பணியில் நம்மூர் ஆட்களிடம் வாய்மொழியாகச் சேகரித்தவற்றை அடிப்படையாகக் கொண்டு எழுதப்பட்டவை என்பது இங்கே நினைவுகூரத் தகும்.

அடுத்தது, நடந்தவற்றைப் பிரதிபலிப்பதில் எழுத்துக்கு மட்டுமே தகுதியுண்டு என்று எழுத்தை எல்லாம் வல்ல கடவுளைப் போல் விதந்தோதி, வாய்மொழியைச் சாத்தானாகப் புறந்தள்ளும் போக்கு இங்குள்ளது. வாய்மொழி வரலாறுகளின் மீது நமக்கிருக்கும் நம்பகக் குறைவு நினைவின்மீது நமக்கிருக்கும் நம்பகக் குறைவோடு தொடர்புடையது. என்றோ நடந்ததை நினைவிலிருந்து வாய்மொழியாகக் கூறுவதில் பிசகு ஏற்படும் என வாதிடுபவர்கள் உண்டு. ஆனால் நிகழ்வுகளுக்கும் அவற்றை எழுத்துமொழியில் பிரதிநிதித்துவப்படுத்துவதற்குமான கால இடைவெளியிலும் திரிபுகள் உருவாகலாம், அதேபோல நூல் களைப் பிரதியெடுக்கும்போதும் மொழிபெயர்த்து எழுதும்போதும் தவறுகள் வரலாம் என்பவற்றையெல்லாம் நம்ப, ஏற்க மறுப்பதால் உருவாகியிருக்கிற கருத்து இது. மாறாக, வாய்மொழி வரலாறுகள் சமூகக் குழுமங்களில் தொடர்ந்து பயிலப்பட்டுவருவதையும் சந்ததி சந்ததியாகப் பயணப்பட்டுவருவதையும் முறைமையான

கதையாடல்களாக நிலவி வருவதையும் வாய்மொழி வரலாற்றறிஞர்கள் சுட்டிக்காட்டுகிறார்கள்.

வாய்மொழி வரலாறைக் கட்டுக்கதையெனக் கருதுவோர் வைக்கிற இன்னொரு ஆக முக்கியமான கேள்வி: "சரி, இதெல்லாம் நிஜமாகவே நடந்ததா என்ன, நடக்கவில்லை என்கிறார்களே." வரலாறு என்பது நிஜத்தை நங்கூரமாகக் கொண்டு நிற்கிற கப்பல் அல்ல, அது பலவகையாகவும் பின்னப்படக்கூடிய பண்பாட்டுச் சொல்லாடல் வலை என்கிற புரிதல் நமக்கு அவசியம். பெருமாள்முருகன் திருச்செங்கோடு திருவிழாவில் இப்படியொரு கலவி நடவடிக்கை இருந்ததென்று எழுதினால், அப்படி இல்லவே யில்லை என்று இன்னொருவர் அவ்வூரில் வசிக்கும் சில பாட்டிகளிடமிருந்து நேர்காணல்கள் எடுத்து அதை மறுக்கலாம். சொல்லப்போனால், வரலாறு என்பதே பார்வையற்றவர்கள் பார்க்கிற யானை. முற்றிலுமான புறவயமான வரலாறு என்ற ஒன்றில்லை. எனவே எல்லாரும் ஏற்றுக்கொள்வதாகவும் எந்த வரலாறும் இருக்க வாய்ப்பில்லை. எல்லாவித வரலாறுகளும் குறிப்பிட்ட பார்வைகளோடும் அணுகுமுறைகளோடும் வெளிப்படையாக முன்வைக்கப்படுகின்ற, முன்வைக்கப்படாத திட்டங்களோடும், இவற்றையும் மீறித் தன்னிச்சையாகவும் இயங்கக்கூடிய சொல்லாடல்களே ஆகும்.

நிகழ்ந்தவற்றை வரலாறு கூறுவதேயில்லை என்பதல்ல நான் சொல்வது. அரைகுறையாக உரைக்கப்படுபவை, உரைக்கப் படாதவை, இவற்றிலிருக்கும் விடுபடல்கள், இடைவெளிகள், சில அக்கறைகள், சில ஒதுக்கப்படல்கள் இவையெல்லாம் கவிந்து படிந்திருப்பதே நாம் வாசிப்பில் உருவாக்கிக்கொள்ளும் வரலாற்றுப் பிரதி. வாய்மொழி வழக்காறுகளின் மூலம் வரலாறைக் கட்டமைக்கும்போது சமூக மேலாண்மை பெறாத எளியவர்கள் அல்லது எழுத்து எட்டாக்கனியாக உள்ள ஒடுக்கப்பட்ட மக்கள்குழுவினரைப் பற்றியதாக, அவர்களைச் சார்ந்ததாக அத்தகைய வரலாறு இருக்கக்கூடும் என்று மட்டும் சொல்லலாம்.

நிகழ்வுகளுக்கும் பதிவுகளுக்குமான தொடர்பு எழுத்து வரலாறானாலும் சரி, வாய்மொழி வரலாறானாலும் சரி, இப்படிச் சிக்கல்களோடு கூடிய ஒன்றாக இருக்க, வாய்மொழி வரலாறு குறித்து முக்கியமான வேறுபட்ட பார்வையும் வாய்மொழி வரலாற்றாசிரியர்களிடம் காணக் கிடைக்கிறது. நடந்த நிகழ்வுகளைச் சொல்வதைவிடவும், அவற்றைப் பற்றித் தொடர்ந்து மனிதர் உருவாக்கிக்கொள்ளும் அர்த்தங்களைச் சொல்வதே வாய்மொழி வரலாறு என்று கூறுகிறார் வரலாற்றறிஞர் அலெசாண்ட்ரோ பொர்தெல்லி (1981). மக்கள் செய்ததை உரைப்பதல்ல வாய்மொழி வரலாறு, மாறாக எதைச் செய்ய

விழைந்தார்கள், எதைச் செய்ததாக நம்பினார்கள், அன்றைக்கு என்ன செய்ததாக இன்றைக்குக் கருதுகிறார்கள், இவற்றைக் குறித்தது வாய்மொழி வரலாறு என்கிறார் அவர். நடந்தவையோடு நிற்பதல்ல அதன் கரிசனை. கற்பனைகள், குறியீடுகள், வேட்கைகள் ஆகியவற்றின் மூலமாக நடந்தவற்றிலிருந்து விலகலையும் செய்வதில்தான் வாய்மொழி வரலாற்றின் முக்கியத்துவம் உள்ளதென்று மேலும் வலியுறுத்துகிறார்.

ஏன் இத்தகைய விலகல் வரலாறாக நியாயப்படுத்தப்பட வேண்டும்? இதற்கும் பதிலளிக்கிறார் பொர்தெல்லி. வழமையான ஆதாரங்களின் அடிப்படையில் நிஜமென்று எழுத்துப் பதிவுகளில் விவரிக்கப்படுபவை எந்த அளவுக்கு நம்பத் தகுந்தவையோ, அதே அளவுக்குப் பன்மையான வாய்மொழி வரலாற்றுக் கூற்றுகள் உளவியல் சார்ந்த “உண்மைகளைக்” கொண்டவை என்கிறார். எனவே “தவறான வாய்மொழி ஆதாரம்” என்ற ஒன்று கிடையவே கிடையாது என்ற வாதத்தையும் அவர் முன்வைக்கிறார்.

கொங்கு நாட்டில் மாரியம்மன் பற்றிய என் களப்பணியில், தொடர்ந்து மாரியம்மன் வரலாறுகளாக நான் கேட்டது, ஆதிக்கச் சாதிப் பெண்ணாகப் பிறந்த மாரியம்மனைப் பட்டியலினத்தவர் ஒருவர் மணமுடித்தவுடன் அவர் எரிக்கப்பட்ட வரலாறுதான். கோயில் திருவிழாவில் முக்கிளைக் கம்பம் நடப்பட்டிருக்கும் இடத்தைச் சுட்டிக்காட்டி இங்கேதான் எரிக்கப்பட்டார் தாழ்த்தப்பட்டவர் என்று “பெருமிதமாகச்” சொல்லுவதையும் கேட்டிருக்கிறேன். சில பூசாரிகளின், குறிப்பாகப் பார்ப்பனப் பூசாரிகளின் சொல்லாடல்களில் இந்தப் பட்டியலினத்தவர் அடையாளத்தை சிவன் எனும் பெருந்தெய்வ அடையாளம் அழித்து, பதிலீடு செய்துவிடுவதையும் பார்த்திருக்கிறேன். நான் அறிந்தவரை எந்த எழுத்துத் தரவும் இவ்வரலாறுக்கு இல்லை. ஆனால் வாய்மொழியாகக் கிடைக்கிற இவ்வரலாற்றில் பட்டியலினத்தவர்பால் ஆதிக்கச் சாதிகளிடத்தில் காலம்காலமாக இருக்கிற உளவியல் வெறுப்பும் வன்முறையும் பதியப்பட்டிருக்கிறது. எழுத்துத் தரவுகள் இல்லையென்பதால் இந்தக் கூற்றுகளைக் கேட்காதது போலக் கடந்துவிட முடியாது. தாழ்த்தப்பட்டவரோடான மணவுறவு எதிர்கொள்ளும் வன்முறையை, பெண்விரோதச் சாதியக் கொலைகளை இன்றும் கையறு நிலையில் பார்த்துக்கொண்டுதான் இருக்கிறோம்.

மாதொருபாகனில் பிரச்சினைக்குரியதாகப் பலரால் கருதப்படுகிற “சாமி கொடுத்த பிள்ளை” என்கிற அடையாளத்துக்கு அந்தப் புதினத்தில் கொடுக்கப்படுகிற பொருட்கோடலை, வரலாற்றெழுத்தில் எழுத்துத் தரவுகளுக்குக் கிட்டியிருக்கும் சிம்மாசனத்தைத் தாண்டி நாம் அணுகவேண்டியிருக்கிறது.

திருமணம் என்கிற நிறுவனத்தில் இழுத்துக் கட்டிவைக்கப் பட்டிருக்கிற மனிதர்களின் உளவியல் சிக்கல்கள், சமூகத்தின் எதிர்பார்ப்பு அவர்களை அழுத்துகிற விதங்கள் போன்றவற்றை எடுத்துரைப்பதால் நாவலின் பேசுபொருளை வாய்மொழி வரலாற்று அடிப்படையில் எடுத்துக்கொள்வதில் தடையேதுமில்லை.

வாய்மொழி வரலாறு அதைக் கூறுபவர்களின் பன்மைத் தன்மையோடு கூடிய கதையாடலாகும். அக்கதையாடல் நிஜத்தோடு உறவுற்றும் விலகியும் வரலாறுக்குப் பொருள்கொள்கிற ஒன்று. வாய்மொழி வரலாறாகத் திகழும் கதையாடலில் அகவயத்துக்கு இடமும் மதிப்பும் இருக்கிறது. பெருமாள்முருகன் திருச்செங்கோட்டுக்காரராகவும் இருப்பதால் வாய்மொழி வரலாற்றைத் தகவலாகச் சேகரித்து அதைப் புனைவாக உருமாற்றிப் பதிவுசெய்தவராக மட்டும் அவரைக் கருத முடியாது; திருச்செங்கோடு எனும் தலத்தின் திருவிழா வரலாற்றை ஊர்க்காரராக அவர் அகவயமாகப் பொருள்கொண்டிருக்கிற கதையாடலாகவும் அது இருக்கிறது. இதே "சாமி கொடுத்த பிள்ளை" என்பதற்கு நாவலின் விவரணையிலிருந்து மாறுபட்டு, திருவிழாக் கலவியை மறுத்து வேறுபட்ட வாய்மொழி வரலாறுகளும் கிடைக்கலாம். வேறு பெருமாள்முருகன்கள் அவற்றைப் புனைவாகவும் எழுதலாம். அவற்றையும் நிஜம், நிஜமில்லை என்கிற எளிமையான முரணைத் தாண்டி நிகழ்வுகளுக்கு அர்த்தம் தரமுனையும் கதையாடல்களாகவே நாம் கருதவேண்டும்.

மணவுறவைத் தாண்டி சமூகம் அங்கீகரிக்கும் வகையில் ஒரு பெண் குழந்தை பெற்றுக்கொள்வதைக் குறித்து ஏற்கெனவே நம் மத்தியில் இருக்கும் நியோகம் போன்ற சொல்லாடல்களோடு நாவலில் சொல்லப்படும் திருவிழாக் கலவி எவ்வகையில் தொடர்ச்சியில் இருக்கிறது, எங்கே அது விலகுகிறது, இவ்வகையிலான கலவி குறித்த நாவலின் உள்ளிடையான சில புள்ளிகள் கதையாடலுக்கு வெளியில் இருந்த, இருக்கும் சமூக யதார்த்தத்தை எப்படி எதிர்கொள் கின்றன போன்றவற்றையெல்லாம் பார்ப்பது முக்கியமென நினைக்கிறேன். திருச்செங்கோடு வெளியாக விரிகிற புராணங் களும் சில இனவரைவியல் எழுத்துத் தரவுகளும்கூட இவற்றைப் புரிந்துகொள்ள உதவலாம்.

புராண, இனவரைவியல் பதிவுகளும் *மாதொருபாகன்* நாவலும்

திருச்செங்கோடு தலத்தை எடுத்துக்கொள்ளலாம். இன்றைக்கு, உண்டியல் காணிக்கை உள்ளிட்ட கோயில் வருமானங்கள், ஒளிநகலச்சுக் கடைகள், கணினி நிலையங்கள், அலறும் ஒலிப் பெருக்கிகள், இந்துத்துவர்களின் அறைகூவல்கள்,

சாதிச் சங்கங்களின் அச்சுறுத்தல்கள் முதலானவை பெருகித் திளைக்கும் ஊர்மட்டும்தானா திருச்செங்கோடு? "திரு" என்று அடைமொழி கொண்டிருக்கும் புகழ்பெற்ற இதர கோயில் ஊர்களைப்போலவே வாய்மொழி வரலாறுகள், நாட்டார் கதைகள், கோயில் புராணங்கள் ஆகியவை அதன் சொல்லாடல் வெளியில் பின்னிப் பிணைந்திருக்கின்றன. தமிழ்ப் புராண, நாட்டார்ச் சொல்லாடல்களில் பெண்மையோடு வழமையாகத் தொடர்புறுத்தப்படும் காமம், தாய்மை என்ற இரு பண்புக் கூறுகளும் இயைந்து புழங்குகிற வெளியாக உள்ளது திருச்செங்கோடு.

திருச்செங்கோட்டில் நீர்வெளியோடு, குளத்தோடு இணைந்திருக்கும் சப்த கன்னியர்கள் அல்லது ஏழு கன்னிகள் தாய்த் தெய்வங்களாக வணங்கப்படுகிறார்கள். அதே நேரத்தில், ஏழு கன்னிகள் தாய்மையோடு மாத்திரம் தொடர்புடையவர்கள் அல்லர், கட்டுறாத காமம் என்பதும் ஏழு கன்னியருக்கு உரித்தானது. உதாரணமாக, திருப்பேரூர் பற்றிய தமிழ்ப் புராணமொன்றில், ஏழு கன்னியர் பார்வதியின் பூசைக்குப் பூக்கொண்டுவரத் தாமதம் செய்கிறார்கள். கந்தர்வனோடு ஒரு காட்டில் காதலுறவில் இருந்ததால் இந்தத் தாமதம். விளைவாகப் பார்வதியின் சாபம் பெற்றுப் பூமியில் பிறக்கிறார்கள். திருவானைக்காவலில் தீர்த்த யாத்திரைக்குச் செல்லும் பிசாசொன்றால் துரத்தப்படும் அரசன் கரிகால் சோழன் அவர்களைச் சந்திக்கிறான். பின்னர் அரசனும் கன்னியர்களும் திருப்பேரூர் சென்று சிவனை வழிபட்டு, லிங்கத்தை ஸ்தாபித்து, சாபவிமோசனம் பெறுகிறார்கள். பல புராணக் கதைகளில் காமனை அல்லது மன்மதனை இழந்த ரதியை சிவனிடம் அழைத்துச்சென்று தன் கணவனைப் பெற அவளுக்கு வழிகாட்டுபவர்களாக ஏழு கன்னியர் இருக்கிறார்கள். முக்கியமாக, திருச்செங்கோடு சிவனால் எரிக்கப்பட்ட தன் காதல் கணவன் காமனின் உடலை மறு உருவாக்கம் செய்யவேண்டி ரதி சப்தகன்னியரை வேண்டிக்கொள்கிற இடம். தாய்த் தெய்வங் களாக இவர்களை நினைத்து வேண்டி ரதி தன்னுடைய கணவனின் உடலை மீட்டுக்கொள்வதாக மட்டும் இதைப் புரிந்துகொள்ள முடியாது. காமனை ரதிக்குத் தேடித் தருபவர்கள் அன்னையர்கள் இங்கே காமத்தின் வழிப்பாதையை மீட்டுத் தருபவர்களும்கூட (இப்புராணக் கதைகளுக்குப் பார்க்க Shulman 1980).

காமமும் தாய்மையும் மட்டுமல்ல, வித்தும் வேட்கையும் சந்திக்குமிடமாகவும் திருச்செங்கோடு புராணத் தளத்தில் விரிகிறது. தாருகாவனக் கதையில், சிவன் தன்னை மதிக்காத, தருக்குற்ற முனிவர்களை அடக்க அவர்கள் வசிக்கும் வனப்

பகுதிக்குப் பிட்சாண்டவராகச் செல்கிறான். சிவனைக் கண்டு மையலுற்ற முனிவர்களின் மனைவிகள் "கற்பழிந்து" சிவனைக் கண்டவுடனேயே கருக்கொண்டு சிவனின் குழந்தைகளைச் சுமந்து பெறுவதாகச் சொல்லப்படுகிறது. திருச்செங்கோடு தொடர்பான விஷயங்களும் இதிலுண்டு. தாருகாவனம் தொடர்பான புராணங்களில் சிவன் பெரும்பாலும் மோகினி வேடமணிந்த விஷ்ணுவை மனைவியாக வனத்துக்கு அழைத்துக்கொண்டு சென்றாலும் இன்னொரு கதைவடிவமும் இதற்குண்டு. சுந்தர மூர்த்தி நாயனாரின் தேவாரமொன்றே (36.5, "நீறு நுந்திருமேனி" எனத் தொடங்குவது) இக்கதையைச் சுட்டுகிறது. அதன்படி முனிவர்களின் மனைவிகளிடம் பிச்சை பெறச் செல்கின்ற சிவன் வேறு யாருமல்ல, உமையை இடப்பாகத்தில் கொண்ட நம் திருச்செங்கோட்டின் மாதொருபாகனேதான். மேலும் திருச்செங்கோட்டு மான்மியம் என்கிற நூல் சொல்கிறபடி இவ்வாறு சிவன்மேல் இச்சைகொண்ட முனிவர்களின் பத்தினிகளின் வம்சாவளியினரும்கூட வேறு யாருமல்லர், திருச்செங்கோட்டில் இசை மூலமாகவும் நாட்டியம் மூலமாகவும் மாதொருபாகனுக்குச் சேவை செய்த தேவதாசிகள், அதாவது தேவரடியார்களேதாம் அவர்கள் (Shulman, 311). தாருகாவனக் கதையில் முனிபத்தினிகளின் "கற்பைக்" கெடுத்த கடவுளின் குறி அறுந்துவிழ முனிவர்கள் சாபம்விடுகிறார்கள். விளைவாக அது அறுந்து விழுகிறது. வளமையின் குறியீடென, வித்துக் கனியென கடவுளின் குறியும் புவியில் வீழ்ந்து பரவுகிறது. பெண்ணின் கற்பு, அதனடிப்படையில் திருமணவுறவுப் புனிதம், அதில் கணவன் கொள்கிற பெருமிதம் போன்ற எல்லாவற்றையும் கலைத்துப்போடுவதாக உள்ளது தாருகாவனக் கதை.

"எல்லாப் பொம்பளைங்களும் இன்னிக்கித் தேவடியாதான்" (87) என்கிற *மாதொருபாகன்* நாவலின் வாக்கியம் புராணம் தெரியாதவர்களுக்குக் கொச்சையான அர்த்தம் தரலாம்; ஆனால் தாருகாவனப் புராணம் அறிந்தவர்களுக்கு இவ்வாக்கியம் அந்தப் புராணக் கதையோடு தொடர்புகொண்டிருக்கின்ற புதின நீட்சியாகவே தெரியும். *மாதொருபாகன்* நாவலில் பொன்னா தான் உறவுகொள்ளத் தேடுபவனை எப்படிப் பார்க்கிறாள் என்பதை இங்கே குறிப்பிடவேண்டும். தான் உறவுகொள்ளப்போகும், 'முன்பின் அறியாதவன்' யார்? இதுவரை காட்சி தந்திராத சாமியா அது? அல்லது ஆசாமியா? திருவிழாவுக்குச் செல்லும் அவளிடமிருப்பது கருவுறுதல் குறித்த எதிர்பார்ப்பா? அல்லது இச்சையுமா? கருவுறுதல் குறித்த எதிர்பார்ப்புக்கும் பெண் இச்சைக்கும் திருச்செங்கோட்டைவிட வேறெந்த ஊர் பொருத்தமான கதைக்களமாக இருந்துவிடமுடியும்?

மகாபாரதத்தின் சத்யவதியைப்போல் செயல்படுகிறாள் பொன்னாவின் மாமியார். பொன்னாவின் தாயோடு திட்டம்போட்டு அவளைத் திருவிழாவுக்கு அனுப்புகிறாள். பெண்கள் எடுத்த முடிவு இது. திருவிழாவுக்குச் சென்ற பொன்னாவை வைத்து சாமி/ஆசாமி என்ற இரண்டு அடையாளங்களுக்குமிடையில் விளையாட்டை நடத்துகிறது நாவலின் கதையாடல். திருவிழாக் களத்தில் கரும்பாறைகளை நிறுத்திவைத்தாற் போன்ற ஆணுடல்களை அவள் ரசிக்கிறாள். மனத்தில் அந்த உருவங்களைக் கூட்டத்திலிருந்து உருவித் தனியாக எடுத்து முத்தம் கொடுக்கும்போதும் அவற்றைச் "சாமிகள்" என்றுதான் அவள் சொல்கிறாள் (166). ஆண்களின் நடமாட்டம் "சாமிகளின் நடமாட்டமாகவே" அவளுக்குத் தெரிகிறது. தான் இரு ஆண்களைப் புறக்கணித்ததையும் "சாமிகளைப்" புறக்கணித்ததாகவே அவள் நினைக்கிறாள் (176). வீட்டு மூத்தோரின் சம்மதம் என்ற மாயக்கல்லைக் கையில் வைத்துக்கொண்டு, குந்தியைப்போல, அதேநேரத்தில் இந்தச் சாமிதான் வேண்டுமென்ற இலக்கின்றி சாமியைத் தேடுகிறாள்.

ஆனால் 'ஆசாமி'யின் அடையாளமும் கதை விளையாட்டில் கலந்து வருகிறது. ஒரு புறம் காளியின் சாயலில் இருப்பவனால் அவள் கவரப்பட்டு, தற்காலிக உறவென்பதால் அந்தச் சாயலை அவள் அப்புறப்படுத்த நினைக்கிறாள்; இன்னொருபுறம் சிறுவயதில் தன் தந்தையின் பண்ணையத்தில் ஆடுகளை மேய்த்த சத்தியின் முகமும் அவள் மனத்தில் மேலெழும்பி வருகிறது. தாழ்த்தப்பட்ட சாதியைச் சார்ந்தவன் சத்தி என்பதுபோல் சுட்டப்படுகிறது (175-176). காளிக்கு இந்த அடையாளக் குழப்பமெதுவுமே இல்லை. பொன்னாவோடு உறவுகொள்ளப் போகும் 'முன்பின் அறியாதவன்' ஆசாமியேதான். அவன் தாழ்த்தப்பட்ட சாதியைச் சார்ந்தவனாக இருக்கவே சாத்தியம் அதிகம் என்று காளி அச்சப்படுகிறான். நாவலில் வருகிற முத்துவோடு அவனுக்கு நடக்கும் உரையாடலில், திருவிழாக் கலவியை நியாயப்படுத்தி, அன்றைக்கு எல்லா ஆண்களும் சாமிதான் என்றும், சாமி பண்டிகையில் சாமி கொடுக்கிற வரம் குழந்தை என்றும் முத்து கூறும்போது, காளி இப்படி பதில் சொல்கிறான்:

நீ அந்தக் காலத்து ஆளாட்டமே பேசறீடா. ஒரு பொம்பள சாதிக்குள்ள எத்தனை பேருகிட்ட போனாலும் தப்பில்ல. பொழங்கற சாதிக்காரனோட போனாக்கூடப் பொறுத்துக்குவாங்க. தீண்டாச் சாதியோட போனா அவ்வளவுதான். ஊர உட்டே ஏன் சாதிய உட்டே தள்ளி வெச்சிருவாங்க. இன்னைக்கு அப்பிடியா? சாதிக்குள்ளேயே

ஒருத்தனோடதான் இருக்கோனுங்கறோம். அப்புறம் எப்படி? வீதியில சுத்தறதுல பாதிக்குமேல திரியறது தீண்டாச்சாதித் தண்டுவப் பசங்கதான். அதுக்கப்புறம் என்னால பொன்னாளத் தொடவே முடியாது. கொழந்த பொறந்தாலும் தொட்டுத் தூக்கமுடியாது. நான் இந்தத் தொண்டுப்பட்டியிலயே கிடந்துட்டுப் போறேன். (118)

இந்தப் பத்தியை விரிவாக இங்கே கொடுக்கக் காரணம், நவீனத்தில் நுழைகிற ஒரு சாதி எதிர்கொள்ளுகிற சமூக வாழ்க்கை மாற்றத்தை இது நுட்பமாகச் சில வரிகளில் பதிவு செய்திருப்பதுதான். இந்த மாற்றம் கொங்கு வேளாளரின் வாழ்க்கை முறையிலிருந்து வருவது. நியோகம் 'போன்ற,' ஆனால் சற்றே மாறுபட்ட ஒரு வழக்கத்தைக் கதையாடல் தொட்டுக்காட்டுவதும் இவ்விடத்தில்தான்.

எட்கர் தர்ஸ்டன் தன்னுடைய *தென்னிந்தியச் சாதிகள் மற்றும் ஆதிக்குடிகள், தொகுதி மூன்றில்* (1909) கொங்குவேளாளர் களைப் பற்றிக் குறிப்பிடுகிறார். அவரது நூலில் வேளாண்மை செய்கிறவர்கள் என்று கொங்கு வேளாளர்கள் அறிமுகப்படுத்தப் படுகிறார்கள். அவர்களிடையேயான கட்டுக்கோப்பான சாதி நிறுவன அமைப்பு, இருபத்து நான்கு நாடுகள் என்கிற பிரிவு, நாட்டுக்கவுண்டன், பெரியதனக்காரன், பட்டக்காரன் போன்ற பட்டங்கள், மணமாகிக் குழந்தை பெற்றிருப்பவர்களுக்குக் கிடைக்கும் அருமைக்காரர் என்னும் கௌரவம் இவையெல்லாம் விவரிக்கப்படுகின்றன. குடும்ப அமைப்பு, உறவுகள் போன்றவை விளக்கப்படுகின்றன.

உதாரணமாக ஒரு பகுதி: "ஒரு பையனுக்கான விரும்பத் தகுந்த மணப் பொருத்தம் அவனது மாமன் மகள். ஒரு சின்னப் பையனை வளர்ந்த பெண்ணுக்கு மணமுடிக்கிற அளவுக்கு இந்தப் பொருத்தம் விரும்பப்படுகிறது. அந்நிலையில் அவனது கடமை களை அவன் பக்குவமடைகிறவரை [வயதுக்கு வருகிறவரை?] அவன் தந்தை செய்வதும் ஏற்றுக்கொள்ளப்படுகிறது. மேலும் அந்தப் பெண் அந்த வீட்டிலிருந்தபடியே அந்தச் சாதிக்குள்ளேயே யாரோடும் உறவுகொள்வதும் ஏற்றுக்கொள்ளப்படுகிறது. ஆனால் மறுமணம் மறுக்கப்பட்ட கைம்பெண்களைப் பொறுத்தவரை விதிகள் கடுமையாகப் பின்பற்றப்படுகின்றன. கைம்பெண்ணோடு தகாத நெருக்கம் கொள்பவன் சாதியிலிருந்து விலக்கிவைக்கப்படுகிறான். அந்தப் பெண் அவன் தன்னை விட்டு விலகச் சம்மதித்தால், அப்போது அவன் மீண்டும் சாதிக்குள் ஏற்றுக்கொள்ளப்படுகிறான். அந்நிலையில் அவள் தனித்து வாழ உதவிகளை அவன் செய்யவேண்டும். பின்னர் பொதுஇடத்துக்கு அவனை வரவழைத்து அங்கே எருக்கங்கிளையால் அடித்த பிறகும்,

கறுப்புக் கிடா வெட்டி தன் உறவினர்களுக்கு அவன் விருந்தளித்த பின்னும் சேர்த்துக்கொள்ளப்படுவான்" *(Thurston 1909, 418-419)*.

சமஸ்கிருத நூல்கள் விவரிக்கும் நியோக உறவைப் போலவே இதிலும் மணம் தாண்டி உறவுகொள்ளும் பெண், தன் கணவன் வீட்டில் புகுந்த வீட்டைச் சார்ந்து இருக்கிறாள். அதாவது ஆணை முதன்மைப்படுத்திய, புகுந்த வீட்டு அடிப்படையிலான உறவாக அது அனுமதிக்கப்படுகிறது. மணம் தாண்டிய உறவு சாதிக்குள் என்பதாக அடுத்த படியில் மட்டுறுத்தப்படுகிறது. மேலும், சிறுவனை மணக்கிற இளம்பெண்ணே இப்படி மண உறவை மீறி உறவுகொள்கிறாள் என்று சொல்லப்படுவதால் குழந்தைப் பேறுக்காக மட்டுமே இவ்வுறவு அனுமதிக்கப்படுகிறது என்பதும் உள்ளிடை. தவிர, வேளாண்மை செய்கிற சாதியினராகவும் இருப்பதால், நிலம்,சொத்து ஆகியவற்றின் மேலான உரிமையை, சாதிமைய, சாதிமயக் குடும்பத்தில் வாரிசு வழியாக நீட்டித்து உறுதிப்படுத்துவதையும் இத்தகைய உறவு செய்கிறது. இத்தகைய குடும்ப வாரிசைச் சுமக்க, பெண் ஒரு கலமாக, நிலம்போலக் கருதப்படுகிறாள். ஆனால், கொங்கு வெள்ளாளக் கைம்பெண் களைப் பொறுத்தவரை, குழந்தைப் பேறுக்காகவோ அல்லது வேறு காரணத்துக்காகவோஅவர்கள் திருமணத்தைக் கடந்த உறவை ஏற்படுத்திக்கொண்டால்,இக்கட்டுரையில் விவாதித்த பழமையான சமஸ்கிருத நூல்களின் சொல்லாடல்களில் நமக்குக் கிடைப்பதற்கு மாறாக அது முழு சமூக அங்கீகாரம் பெறவில்லை. கற்பு என்கிற தமிழ்ப் பண்பாட்டு மதிப்பீடு சற்றே மாற்றமடைந்த நிலையா இது, அல்லது இந்த மதிப்பீடே தமிழகத்தில் குறிப்பிட்ட சில சாதிப் பிரிவினர்களால் மட்டுமே காலம்காலமாகப் பின்பற்றப்பட்டு வந்ததா என்பதெல்லாம் விரிவான ஆராய்ச்சிக்கானவை.

மேலும் நியோக உறவைப் 'போலவே' இது என்று நான் எழுதியிருப்பதிலிருக்கும் 'போன்மை' முக்கியம்; எதிலிருந்து எது கிளைத்தது, எதை எது பின்பற்றியது என்றெல்லாம் அறுதியிட்டுச் சொல்வது கடினம். என்றாலும், 'போன்மை' என்கிற பயன்பாடு இப்படியான மண உறவு தாண்டிய, குழந்தைப் பேறுக்காகப் பெண் கொள்ளும் கலவி உறவுகள் சமஸ்கிருத, தமிழ்ப் பண்பாட்டுச் சொல்லாடல்களில் ஒரு தொடர்ச்சியில் இருக்கின்றன என்பதை இங்கே எடுத்துக்காட்டவே. அன்றி, நேர்க்கோட்டுக் காலவரிசையில் இத்தகைய தமிழ், சமஸ்கிருத மரபுகளை, சொல்லாடல்களை நிறுத்துவதற்காக அல்ல.

கொங்குவேளாளர் மத்தியிலும் நடைமுறையில் இருந்த, திருமணம் தாண்டி ஒரு பெண் கொண்ட இத்தகைய உறவுகளையே *மாதொருபாகனில்* காளி தன் பேச்சில் குறிப்பிடுகிறான். சாதிக்குள் எத்தனை பேருடன் போனாலும் தப்பாக எண்ணப்பட

வில்லை என்று அவன் சொல்வதன் பொருள் தர்ஸ்டன் பதிவு செய்திருக்கும் இனவரைவியல் குறிப்புகளின் எதிரொலியாகவும் உள்ளது (118). நவீன வாழ்க்கைமுறையில் குழந்தையை வேண்டி என்றபோதும்கூட மறுதலிக்க முடியாமல் நிலைநின்று விட்ட, 'ஒருவனுக்கு ஒருத்தி' என்கிற 'புனிதச்' சமன்பாட்டை, மரபார்ந்த, கொங்கு வேளாளர் போன்ற சமூகக்குழுமங்கள் உள்வாங்கிவிட்டிருக்கும் நிலையில் உருவாகும் சமூகச் சிக்கல்களைக் குறிக்கும் முகமாகவும் அவன் பேச்சு இருக்கிறது. ஒரே சாதிக்குள் திருமணம் தாண்டிய உறவு என்பதுகூட இந்த நவீன வாழ்க்கை முறைச் சமன்பாட்டுக்கு முன் சாத்தியமாவதில்லை. இச்சமன்பாடு குழந்தையற்ற அவனைத் தொண்டுப் பட்டிக்குள்ளேயே முடக்கிப்போட்டிருக்கிறது.

குழந்தையற்றவர்களை முடக்கிப்போடும் இந்தச் சமன்பாட்டை அசைத்துப் பார்க்கிறது நாவலின் திருவிழா வெளி. அவர்களுக்கு ஒரு திறப்பை அது சாத்தியப்படுத்துகிறது. "கோயில் திருவிழாவுக்கும் சாமி குழந்தைக்கும் இருக்கும் தொடர்பை எதேச்சையாகக் கண்டறிந்தேன். மனிதனின் ஆதி உணர்வுகளை இன்னும் பல வகையில் இந்தச் சமூகம் தக்க வைத்துக்கொண்டிருக்கிறது. அந்தத் திறப்பின் நூலைப் பிடித்தபடி சென்றபோது..." என்று பெருமாள்முருகன் தன் முன்னுரையில் எழுதிச் செல்கிறார் (10). தன் வம்சாவளியை வளர்க்கப் பார்க்கும் உணர்வுதான் பெரும்பாலான மனிதர்களின் ஆதியுணர்வு, அந்த ஆதியுணர்வு ஆணை முதன்மைப்படுத்திய உணர்வாகவும் சாதிமைய உணர்வாகவும் உள்ளது என்பதுதான் காளியின் சொற்கள் வாயிலாக *மாதொருபாகன்* நாவல் வைக்கிற விமர்சனம்.

பொன்னாவின் பார்வையில் கதையாடல் நடத்தும் சாமி/ஆசாமி விளையாட்டிலும் ஆசாமியின் அடையாளம் தாழ்த்தப்பட்டவரின் அடையாளத்தோடு இயைகிறது. திருவிழாவில் கூத்து பார்க்கும்போது "மறைந்துபோய் ஆழத்தில் கிடக்கும்" (176). சத்தியின் முகம் அவள் மனத்தில் எழும்புகிறது. விளைவாக, அவனை நினைவூட்டுகிற ஒரு ஆண் மீது இச்சை உணர்வு. ஆனால் கதையாடலில் அந்த உணர்வு முகிழ்க்கும் போதே அழிபட்டுவிடுகிறது. சத்தியை நினைவூட்டும் ஆணை அந்த இரவில் அவள் தேர்ந்தெடுப்பதில்லை. சொல்லப் போனால் அந்தத் தேர்வை ஒருவேளை அவள் செய்திருந்தால் இளமையில், தாய் தந்தைக்கு, சாதிக்குக் கட்டுப்பட்டு, செய்ய முடியாதிருந்த ஒரு செயலை அவள் நிகழ்த்தியிருப்பாள். சாதி மீறலைக் கதையாடல் தெளிவாக முன்வைத்திருக்கும். அரசியல் சரித்தன்மை கதையாடலில் நிறுவப்பட்டிருக்கும். ஆனால், அரசியல்

சரித்தன்மையைத் தாண்டி அவளது தேர்வை நுணுக்கமாகக் கதையாடல் வைக்கிறது. அவள் தேர்ந்தெடுப்பது வாழ்வில் இதுவரை அவள் சந்தித்த எந்த முகத்தையும் நினைவூட்டாத முகத்தை. எந்த அடையாளத்தோடும் இணையாத முகத்தை. சாமி/ ஆசாமி விளையாட்டில் சாமிக்கும் ஆசாமிக்குமிடையிலிருக்கும் இந்த "/" குறியை அகற்றி இருவரையும் குழப்பிக்காட்டிக் கதையாடலின் விளையாட்டு முடிகிறது.

முழுக்க முன்பின் அறியாதவன் மட்டும்தான் பொன்னாவுக்குச் சாமியாக இருக்கமுடியும். தன் இச்சையை மீறி அத்தகைய சாமியை அவள் தேர்ந்தெடுக்கிறாள். அல்லது தன்னுடைய அத்தகைய சாமியை நோக்கித் தன் இச்சையின் தடத்தை அவள் மாற்றிக்கொள்கிறாள். அப்போதுதான் சாமி கொடுக்கிற பிள்ளையாக அவள் பிள்ளை இருக்க முடியும். பொன்னாவுக்கு நேர்மாறாக, காளியால் முன்பின் அறியாதவனைப் பற்றி யோசிக்கும்போதும் சாதியை மீறி யோசிக்க முடியவில்லை. "சாமி கொடுத்த பிள்ளை" என்கிற கூற்று காளியைப் போலவே சாதியை மீறி யோசிக்க முடியாதவர் களுக்கு அதிர்ச்சியைத் தருவதைப் புரிந்துகொள்ள முடிகிறது. "ஹரியின்/சாமியின் குழந்தைகள்" (ஹரிஜனங்கள்) என்று பட்டியலினத்தவரைக் கீழ்மைப்படுத்தும் "கருணை" உணர்வோடு கூடிய காந்தியின் பதத்தைத் தலைகீழாக்கித் திருப்பிப்போடுவது கதையாடலின் அந்தக் கூற்று.

கதையாடலில் சாமியின் குழந்தைகளாக அன்றி, "உயர்சாதி"ப் பெண்களுக்குக் குழந்தைகள் தரக்கூடிய சாமிகளாகத் தலித்துகள் இருக்கும் சாத்தியம் ஆதிக்க, "உயர்சாதி" நிறுவன அமைப்புகளையும் சாதிய சக்திகளையும் அச்சப்படுத்தக் கூடியதே. இந்த அச்சம்தான் நிஜ வாழ்க்கையில் தங்கள் சாதிப் பெண்களை, பொன்னா எனும் புனைவுக் கதாபாத்திர வார்ப்பில் இட்டுப் பார்த்துச் சாதிய சக்திகள் துடித்துப்போனதின் பின்னணி. "புண்பட்டுவிட்டோம்" என்று முழங்கிய கோஷத்துக்குப் பின்னால் ஒளிந்திருந்தது சாதிப் புனிதம் குறித்த எச்சரிக்கையுணர்வும் சாதி சார்ந்த ஆண்வழி வம்சாவளி குலையக்கூடாதே என்ற அச்சமும்தாம்.

உண்மையில் இந்தப் "புண்பட்ட உணர்வுகளால்" புண்பட்டுத் தற்காலிகமாக "இறந்தது" நாவலாசிரியர் பெருமாள்முருகன்தான். நவீன தமிழிலக்கிய வரலாற்றில் ஒரு பெரிய அவலத் தருணமாக அது எப்போதும் நினைவுகூரப்படும்.

(*காலச்சுவடு* [எண் 198, ஜூன் 2016] இதழில் இக்கட்டுரை வெளிவந்தது)

உதவிய நூல்கள், கட்டுரைகள்
தமிழ்

பெருமாள்முருகன். *மாதொருபாகன்*. நாகர்கோயில்: காலச்சுவடு, 2010.

ஆங்கிலம்

Altekar, A.S. *The Position of Women in Hindu Civilization*. Delhi: Motilal Banarsidass, 1959.

Armitage, Susan, H. "The Next Step." *Women's Oral History: The Frontiers Reader*. Eds.Susan H.Armitage, Patricia Hart and Karen Weathermon. Lincoln: University of Nebraska Press, 2002: 61-74.

Chakravarti, Uma. "Gender, Caste and Labour: Ideological and Material Structure of Widowhood." *Economic and Political Weekly*, 30. 36 (Sep. 9, 1995): 2248-2256.

Emeneau, M.B and B. A. van Nooten. "The Young Wife and Her Husband's Brother: Rgveda10.40.2 and 10.85.44." *Journal of the American Oriental Society*, 111. 3 (Jul. - Sep., 1991): 481-494.

Hart, George L. "Woman and the Sacred in Ancient Tamilnad." *The Journal of Asian Studies*, 32. 2 (Feb., 1973): 233-250.

Manu, Patrick Olivelle, and Suman Olivelle. *Manu's Code of Law: A Critical Edition and Translation of the Manava-Dharmasastra*. New York: Oxford University Press, 2005.

Portelli, Alessandro. "On the Peculiarities of Oral History." *History Workshop Journal* 12 (1981):96-107.

Rowbotham, Sheila. *Hidden from History*. London: Pluto, 1973.

Roy, Kumkum. "Defining the Household: Some Aspects of Prescription and Practice in Early India." *Social Scientist*, 22. 1/2 (Jan. - Feb., 1994): 3-18.

Shulman, David Dean. Tamil Temple Myths: *Sacrifice and Divine Marriage in South Indian Saiva Tradition*. Princeton: Princeton University Press, 1980.

Thurston, Edgar. *Castes and Tribes of Southern India*. Vol. III-K. Madras: Government Press,1909.

van Buitenen, J.A.B. *The Mahabharata*. Vol. I: 1. *The Book of the Beginning*. Chicago: University of Chicago Press, 1981.

Vidyasagar, Ishvarchandra. 1855. *Hindu Widow Marriage: An Epochal Work on Social Reform from Colonial India*. Trans. Brian A. Hatcher. New York: Columbia University Press, 2012.

2

பரியேறும் பெருமாள்: 'ஆண்மை'ச் சொல்லாடல்களும் ஆதிக்கச் சாதியுடனான உரையாடலும்

பரியேறும் பெருமாள் திரைப்படக் கதையாடலில் முன்வைக்கப்பட்டிருக்கிற அழுத்தமான வாதம் இதுதான்: "பொதுச் சமூகம் என்கிற பேரில் வலம் வரும் ஆதிக்கச் சாதி குழுக்களின் 'ஆண்மை' பற்றிய சொல்லாடலில் பங்கேற்க நாங்கள் மறுக்கிறோம்." இந்த வாதத்தைக் கருத்துத் தெளிவோடு மட்டுமல்லாமல் திரை அழகியல் கூறுகளோடு கதையாடல் தருவதாலேயே இத்திரைப்படம் எந்த கிளாசிக் திரைப்படத்துக்கும் சமானமாகத் தன்னை நிறுத்திக்கொள்கிறது. பொதுவாக, தமிழ் சினிமாவின் தேய்வழக்கத்தின்படி சொற்கள் வழி கதை தொடர்புறுத்தப்படாமல், காட்சிகளைத் தொடுத்துத் தொடர்புறுத்துகிற அபூர்வமான திரைப்படங்களில் ஒன்று இது. பூச்சரத்தை ஒத்த காட்சித் தொடுப்புகள், அதில் பங்கேற்கும் இசையின் பொருத்தம், உலுக்கும் பாடல்வரிகள், வசனம் ஆகியவை தனிக் கட்டுரைக்கு உரித்தானவை. இந்தக் கட்டுரையில் நான் எழுதப்போவது இவை குறித்து அல்ல.

ஒரு மையப் படிமக் காட்சியிலிருந்து தொடங்குகிறேன். கிட்டத்தட்ட நிர்வாணப்படுத்தப்பட்டு ஓடவிடப்படுகிற பரியனுடைய தந்தையின் உடல்

படிமம். முதலில் எனக்கு பாவ்லோ பஸோலினியின் *மம்மா ரோமா (Mamma Roma)* படத்தின் ஓர் இரவுக் காட்சி நினைவுக்கு வந்தது. நடுவயதுப் பாலியல் தொழிலாளியாக அந்தப் படத்தில் அன்னா மக்னானி எனும் அற்புதமான நடிகர் நடித்திருப்பார். வாழ்க்கை தன்னை வஞ்சித்த விதத்தைக் கூறிக்கொண்டே, வாடிக்கையாளர்களைத் தேடி அவள் நடந்து வருவாள். வறுமையில் பெற்றோர்கள் செய்த ஏற்பாட்டால் ஒரு கிழவனை அவள் மணந்தது, அவன் சீக்கிரத்தில் செத்துவிடுவான் என்று நம்பியது, பெற்றோர்களே போன பிறகும் அந்தக் கிழவன் உயிரோடிருப்பது ஆகியவற்றைப் பகிர்ந்தபடி வரும்போது பல கதாபாத்திரங்கள் அவளிடம் பேசிவிட்டுச் செல்லும். அவள் மீது மட்டுமே திரைச் சட்டகத்தின் கவனம் குவியும். அவளிடம் உரையாடிவிட்டு அவள் முதுகுக்குப் பின்னால் இருளில் மறையும் கதாபாத்திரங்கள். நிழல்களைப் போல மங்கலான பின்னணியில். அவளைப் பற்றி என்ன பேசும் அந்த மற்றவை? அவளைப் பற்றி சமூகம் கற்பித்த இழிவுரைகளாக, கிசுகிசுக்களாக அன்றி வேறென்னவாக அவை இருக்க முடியும்? அந்தப் பெண் கதாபாத்திரம் பார்வையாளர்களின் கவனத்தைக் கோரும்போதே சமூகத்தின் அநீதி அந்தக் கதாபாத்திரத்தின் கடந்த காலத்துக்கும் இன்றைய நிலைக்குமிடையே ஊடாடி நிற்பதைக் காட்சி கடத்திவிடும்.

இருளுக்கும் ஒளிக்குமான ஓர் அற்புதமான நடனத்தில் இந்தக் காட்சி துலங்கும். இந்த இருள்—ஒளி நடனம் நான் மேலே குறிப்பிட்ட *பரியேறும் பெருமாளின்* காட்சியில் இல்லை. ஆனால் பார்வையாளர்களின் மொத்தக் கவனத்தையும் பரியனின் தந்தை மீது குவிக்கச் செய்கிறது அது. சாலையில் தந்தையின் ஓட்டம் மையப்படுத்தப்பட, துரத்துபவர்கள் பின்னால் ஓடிவர, திரைச் சட்டகத்தில் அதைப் பார்ப்பவர்களோடு படத்துக்கு வெளியே பார்வையாளர்களும் சேர்ந்து உறையக்கூடிய இடம் அது.

பரியனின் தந்தை உடல் ஒரு தலித் ஆண் உடல். முக்கியமாக அது பெண் வேஷம் கட்டும் ஆண் உடல். பெண் வேஷம் கட்டும் ஆண் உடல்களுக்கும் பாலியல்களுக்கும் தனிப்பட்ட வரலாறு உண்டு. (பெண் வேஷம் கட்டும் ஆண்களோடு விரிவாக உரையாடியிருக்கிறேன். பிரசுரிக்காத நீண்ட கட்டுரைகள் சில கைவசமுண்டு.) வருடத்தில் பல நாட்கள் பெண் வேஷம் பூணுபவர்கள் 'பெண்மை'ச் செயற்பாடுகள் என்று இங்கே சமூகத்தின் முன்வைக்கப்பட்டிருப்பவற்றை (பெண் உடை, நளின நடை, மென்குரல் போன்றவை) அரங்கத்திலிருந்து வெளி வாழ்க்கைக்கும் கடத்துவது உண்டு. பெண் வேஷம் பூணுபவர்களின் அரங்கம் மற்றும் வாழ்க்கையின் நிகழ்த்துச் செயல்பாடுகளைக் கருதினோமானால் அவை நம் சமூகத்தில்

கட்டமைக்கப்பட்டிருக்கும் ஆண்பால், பெண்பால், அவற்றை 'அறிவதற்காக' நாம் கைக்கொள்ளும் கம்பீரம், நளினம் போன்ற அறிவுச் சட்டக வகையினங்கள் இவற்றையெல்லாம் அடிமட்டத்திலிருந்து குலைத்துப் போடக்கூடியவை.

பெண் வேஷம் பூணும் பரியனின் தந்தை உடலின் வரலாறு ஒரு தளத்தில் சாதியச் சொல்லாடல்களில் பொதிந்திருக்கிறது; கூடவே இன்னொரு தளத்தில் அது பால்களைக் கட்டமைக்கிற சமூகச் சொல்லாடல்களின் வரையறைகளை மீறுவதாக உள்ளது. தந்தை ஓடி வருவதும் அதன் காட்சிப் பின்னணியும், அந்த வரலாற்றில் வைத்து அவர் எதிர்கொள்கிற அவமானத்தைக் காட்டுகிறது. இந்தக் காட்சியைப் பற்றி எழுதியிருக்கும் பலரும் இதைச் சாதிய வன்முறையாக, அவமானமாக மட்டுமே பொருள்கொள்கிறார்கள். ஆனால் சாதிய அடங்கலில் மட்டுமே அடைபடுவதல்ல இது.

பெண் வேஷக்காரரின் உடல் வாழ்க்கையில் தொடர்ந்து தங்களை 'ஆண்களாகவே' நிகழ்த்திக்கொள்ளும் இளைஞர்களை மனத்தொந்தரவுக்கு உள்ளாக்குகிறது. அவரைப் பார்த்தவுடனேயே அவருடைய பால் அடையாளத்தை, அவர்கள் ஏளனமாகப் பேசுகிறார்கள். பின்னர் "அதான் பாப்போம், அப்பனா அம்மையா" என்று கேட்டு அவர் வேட்டியை உருவுகிறார்கள். பரியனுடைய தந்தையிடம் நேரடியாகக் கண்டு அறியக்கூடிய பால் அடையாளத்துக்கான நிரூபணத்தைக் கோருகிறார்கள். சமூகத்தில் ஆண்பால் என்ற அடையாளத்துக்கு உரித்தான, 'மிடுக்கு,' 'கரகரத்த பேச்சு' போன்றவை பரியனின் அப்பா போன்ற ஒருவரிடம் வழக்கமான வகையில் தட்டுப்படாதபோது இந்தக் கோருதல் சாலையில் துரத்தி அடித்தலாக, துன்புறுத்தலாக உருவம் கொள்கிறது. வெளிப்படையாகக் காட்சிப்படுத்தப் படுகிற சாதிய வன்முறையின் உள் அடுக்காக, அதற்கு இணையாக இந்த இன்னொரு வன்முறை அரங்கேறுகிறது. *பரியேறும் பெருமாள்* திரைப்படத்தை அணுக ஒரு சாவியைப் போல இந்தக் காட்சி இருக்கிறது.

தொடக்கத்தில் வண்டி மாடு வைத்திருக்கும் 'ஆணுக்கான' தொழிலை மேற்கொள்ளும் ஆண்தான் பரியனின் கற்பிதத் தந்தையாக இருக்கிறார். வேறொருவரைத் தன் தந்தையாக நடிக்கக் கேட்டு கல்லூரிக்கு அழைத்து வருகையில் தன் தந்தையைப் பற்றிக் கேட்டுத் தெரிந்துகொள்ளும் நடிக்க வருபவரிடம் அவன் கூறுகிறான்: "அப்பா ரொம்பக் கோபக்காரரு, தப்பு பண்ணேன்னு தெரிஞ்சா தோலை உரிச்சிடுவாரு, நல்ல கம்பீரமா இருப்பாரு." கோபப்படுதல், கம்பீரமாக இருத்தல் என்பவை போன்ற 'ஆண் தன்மைகளாகச்' சமூகத்தில் நிறுவப்

பட்டிருக்கும் குணாம்சங்களுக்குப் பரியனும் முக்கியத்துவம் தரவேண்டியிருக்கிறது.

ஆனால் ஒரு கட்டத்தில் அவன் தன் தந்தையை அவர் இருக்கும் விதத்தில், அதாவது 'பெண் தன்மை' என்று சமூகத்தில் கருதப்படுகிற தன்மையோடான விதத்தில் சுவீகரிக்கத் தொடங்கு கிறான். படத்தில் இது எந்தக் கட்டத்தில் நடக்கிறது என்பதைப் பார்ப்பது அவசியம். ஜோவையும் பரியனையும் கல்லூரியில் பெண் பேராசிரியர் அழைத்து விசாரிக்கிற கட்டத்துக்கு அடுத்ததாக இது வருகிறது. அவனிடம் கோபங்கொண்டு ஜோ நகர்ந்தவுடன், ஜோவைக் காதலிக்கவில்லையா என்று பேராசிரியர் கேட்கும்போது அவள் மேல் தனக்கிருக்கும் உணர்வு காதலாகத்தான் இருக்க வேண்டுமா, நட்பாக இருக்கக் கூடாதா, கடைசி நம்பிக்கையாக இருக்கக் கூடாதா என்று கேட்கிறான். யாருக்கும் இது புரியப்போவதில்லை என்று அலுப்போடு நகர்கிறான். உடனடியாக டாய்லெட்டுக்குள் அவன் தள்ளப்பட்டு பின் அவன் பெஞ்சுகளை உடைக்கும் காட்சி. அவனுடைய அந்தச் செயலால் கல்லூரியில் அவன் அப்பாவை அழைத்து வரச் சொல்லியிருக்கிறார்கள் என்று நண்பன் தெரிவிக்கிற கட்டத்தில்தான் தன் தந்தையை அவன் சுவீகரித்துக்கொள்கிறான்.

பேராசிரியரிடம் கூறுவதற்கு முன் எந்தக் காட்சியிலும் ஜோவைப் பற்றிய அவன் உணர்வுகள் நேரடியாக வெளிப் படுத்தப்படுவதில்லை. அவன் பெயரின் முதல் எழுத்தைத் தன் உள்ளங்கையில் எழுதி மையல் கொள்ளும் ஜோவைப் போல அவன் இல்லை. அவன் பக்கத்திலிருந்து காதல் உறுதிப் படாத நிலையைத்தான் படம் காட்டுகிறது. ஆனால் காதல் இல்லையென்று தெளிவாக அவன் குறிப்பிட்ட பின் உடனடியாக வரும் காட்சிகளுக்குள் "என் தந்தைதான் எனக்கு வேண்டும்" என்ற வசனம் வருகிறது. அவற்றில் அவன் தந்தையைப் பெண் வேஷத்தில் ஒரு பாடலில் பார்க்கிறோம். 'தாய்மை/ பெண்மை' குணாம்சங்களோடு செறிவான தந்தை பாத்திரம். அந்தப் பாடலின்போது அவர் அவனைக் குளிப்பாட்டுவது, தன் மடியில் அவன் தலையை எடுத்துவைத்து வாஞ்சையோடு நீவுவது போன்றவை காட்டப்படுகின்றன. அதன் பின்தான் "மானப்படாமல்" அவரைக் கல்லூரிக்கு அவன் அழைத்து வருவது, அங்கே அவர் ஆதிக்கச் சாதி மாணவர்களால் அவமானத்துக்கு ஆளாவது.

ஓர் இளைஞனாகப் பரியன் ஆதிக்கச் சாதி பெண் ஜோவுடனான காதல் குறித்து எதிர்மறைத் தேர்வைச் செய்கிறான். அதே சமயத்தில், 'பெண்மையோடான,' 'தாய்மையோடான' தந்தையை சுவீகரிக்கிறான். இந்த இரண்டையும் சேர்த்து

வாசிப்பது அவசியம். ஏனெனில் இந்த இரண்டும் இணைந்துதான் திரைப்படத்தின் அரசியலைத் தீர்மானிக்கிறது, கட்டுரையின் தொடக்கத்தில் கூறிய வாதத்துக்குப் பங்களிக்கிறது.

தலித் ஆண்களைக் குறித்துத் தொடர்ந்து தமிழ்ச் சூழலில் நிலவும் ஒரு மேலாதிக்கப் பார்வை நான் சொல்ல வருவதைப் புரிந்துகொள்ள உதவும். பா.ம.க. தலைவர் ராமதாஸ், ஆதிக்கச் சாதிப் பெண்களோடு காதலில் ஈடுபடும் தலித் இளைஞர்களைப் பற்றிக் கூறியதைத் தொடர்புறுத்திப் பார்க்கலாம். "ஜீன்ஸ் பேண்ட், டி ஷர்ட், கூலிங் கிளாஸ் போட்டுக்கொண்டு பிற சாதிப் (ஆதிக்கச் சாதி) பெண்களை தலித் இளைஞர்கள் மயக்குகிறார்கள்" என்றும் "நாடகக் காதல்" என்றும் அவர் குற்றஞ்சாட்டினார் (*The Hindu*, டிசம்பர் 2, 2012). தொடர்ந்து, தங்கள் சாதியின் உடைமைப் பொருளான, கருப் பாத்திரமான பெண்களைக் கவர்ந்து செல்கிறார்கள் என்பது போன்ற பேச்சுகள் ஆதிக்கச் சாதியினரால் கூட்டம், இணையம், ஊடகம் போன்ற பொதுவெளிகளில் பரப்பப்பட்டன.

சாதி கடந்த காதல் குறித்த சொல்லாடல்கள் 'ஆண்மை' குறித்த சாதியச் சொல்லாடல்களாக, சாதி 'ஆண்மைகளுக்கு' இடையிலான போட்டிகளாக இவ்வகையில் மடைமாற்றப்படு வதைப் பற்றி ஆராய்வது அவசியமாகிறது. ஒருபுறம், இத்தகைய 'ஆண்மை' வியந்தோதல் சொல்லாடல்கள், (பா.ம.க. உள்ளிட்ட) அரசியல் சக்திகளைப் போலவே அந்தந்த சாதித் 'தீவிரவாதி களிடம்' முதன்மை பெறுகின்றன. எடுத்துக்காட்டாக, தேவரினச் செய்திகள், கவுண்டர் பேரவை உள்ளிட்ட முகநூல் தளங்களின் பகிர்வுகளில் இவற்றைக் காண்கிறோம்.

அதே நேரத்தில் சிலசமயம் தலித் தலைவர்களும்கூட எதிர்வினையாக இந்தச் சொல்லாடலில் பங்களிப்பதும் நடந்துவிடுகிறது. பெண்கள் எங்களைப் பார்ப்பதாகச் சொல்கிறார்களே, அவர்களிடம் (ஆதிக்கச் சாதி ஆண்களிடம்) சரக்கு இருக்கிறதா என்ற தொனியில் வி.சி.க. தலைவர் தொல். திருமாவளவன் பேசியதை நினைவுகூரலாம். இன்னொரு புறம், துரதிர்ஷ்டவசமாகச் சமூகத்தில் நிலவும் 'ஆண்மை' போட்டிச் சொல்லாடல்கள் அறிவுப்புலத்திலும் அப்படியே விமர்சனப் போதாமையோடு எடுத்தாளப்படுகின்றன.

இதற்கு ஒரு சான்று, தமிழ்ச் சூழலில் (திருனூர் கிராமம், செங்கல்பட்டு மாவட்டம்) மேலாதிக்க ஆண்மைகள் (*hegemonic masculinities*) என்பனவற்றைக் 'கீழ்நிலை' ஆண்மைகள் (*'subordinate' masculinities*) எப்படிப் போலச் செய்கின்றன என்பதை ஆராய்ந்து வெளிவந்திருக்கும் ஒரு கட்டுரை (*Anandhi, Jeyaranjan & Krishnan,*

2002). இந்தக் கட்டுரையில் சமூகக் கருத்தியல் புலம் சார்ந்து நிலவும் இருமைகள் ("தலித் X தலித் அல்லாதவர்கள்," "பெண்கள் X ஆண்கள்" போன்றவை) கடக்க முடியாத, தரப்பட்டிருக்கிற வகைமைகளாக எவ்வாறு எடுத்தாளப்பட்டிருக்கின்றன, தலித் ஆண்கள் எப்படி ஒற்றை வார்ப்புருவில் "வில்லத்தன்மையோடு" சித்திரிக்கப்பட்டிருக்கிறார்கள் என்பதை வேறொரு கட்டுரை (Lakshmanan, 2004) விமர்சித்திருக்கிறது.

மேலே குறிப்பிட்டிருக்கும், இதுவரை தமிழ் அறிவுச்சூழலில் பெரிதாக விவாதிக்கப்படாத முதல் கட்டுரையில் திரைப்படம் வைக்கும் வாதத்துக்கான தொடர்புடைய கண்ணிகள் இருப்பதால் கொஞ்சம் அதைக் குறித்து எழுத விரும்புகிறேன். அந்தக் கட்டுரையின் பெரிய பிரச்சினையாக நான் கருதுவது அது எதிர்பால் ஈர்ப்பு என்பதை இரு சாதி (அதாவது "உயர் சாதி," மற்றும் தலித்) 'ஆண்மை'களுக்கு இடையிலான போட்டிச் சொல்லாடலில் அமிழ்த்திப் புதைத்துவிடுகிறது என்பதுதான். உருவகமாகச் சொன்னால், விந்துக்களின் குணாம்சங்களுக்கு இடையிலான போட்டி என்ற வகையில் மாத்திரமே ஈர்ப்பை, காதலை அக்கட்டுரை அணுகுகிறது. 'ஆண்மை' என்பதை அந்தக் கட்டுரை எடுத்துரைக்கும் விதம் இங்கே ஆராயத்தக்கது. கடந்த காலத்தில், நிலப்பிரபுத்துவ மதிப்பீடுகள் கைவிடப்படாத காலகட்டத்தில் 'ஆண்மை' எனக் கருதத்தக்க அதிகாரம், அதற்கான வாய்ப்பு முதலியார் ஆண்களுக்குக் கிடைத்ததுபோலத் தலித்துகளுக்கு எவ்வாறு கிடைக்கவில்லை, நிகழ்காலத்தில் அந்த இடத்துக்கு எவ்வகைகளில் அவர்கள் இப்போது வர முயல்கிறார்கள், வந்திருக்கிறார்கள் என்று அலசுகிறது அக்கட்டுரை. அதில் தலித் ஆண்களுக்கு "உயர் சாதிப்" பெண்களோடான காதலை மையப்படுத்தி அது பேசுகிறது.

கட்டுரையில் "தலித் கடந்த காலம்" என்றதுணைத் தலைப்பில் ஒரு நிகழ்வு குறிப்பிடப்படுகிறது: வறுமை நிலையிலுள்ள தலித் தொழிலாளர்களில் ஒருவரான அய்யாக்கண்ணு என்பவர் கொடியிலிருந்து கேட்காமல் வெற்றிலை எடுத்ததை, ஒரு முதலியார் திருட்டாகக் கருதுகிறார். தவறை ஒப்புக்கொண்டு முதலியார் காலில் விழுந்து அய்யாக்கண்ணு மன்னிப்பு கேட்கிற போது முதலியார் அவர் தலையைக் காலால் மிதித்து, மூக்கை உடைத்து ரத்தம் கொட்ட அவரைத் தாக்குகிறார். நில உடைமையாளர்களான முதலியார்கள் வீடு தாண்டிய பொது வெளியில் தலித் ஆண்களிடம் செய்த இத்தகைய அத்துமீறல், நிறுவனப்படுத்தப்பட்ட உடல் ரீதியான தாக்குதல் போன்ற நடவடிக்கைகள் தலித் ஆண்களுக்கு "ஆண் அடையாள"த்தை மறுத்தன என்கிறது கட்டுரை.

'ஆண்மை,' 'பெண்மை' போன்றவையெல்லாம் சமூக நியதிகளை ஒட்டிய, அவற்றின்பாற்பட்ட தொடர்ந்த நிகழ்த்துதல்களால் நிறுவப்படுபவை என்று ஜூடித் பட்லர் போன்ற அறிஞர்கள் கூறுவதெல்லாம் ஒரு பக்கம் இருக்கட்டும், மேற்கூறிய நிகழ்வைக் கூறும் இடத்துக்குச் சில வரிகள் முன்னர்தான் இதே கட்டுரை முதலியார்களின் தாக்குதலைக் கண்டித்து, தலித்துகள் முறங்கள், செருப்புகள், துடைப்பக்கட்டைகள் போன்றவற்றைத் தூக்கிக்கொண்டு, அவர்களுக்கு எதிரான முதல் நேரடிப் போராட்டத்தை முன்னெடுத்தார்கள் என்று தெரிவிக்கிறது. முதலியார்கள் அப்போது வீடுகளுக்குள் அஞ்சி ஒளிந்துகொண்டதையும் தெரிவிக்கிறது.

ஆனால் "ஆண்மை"களை அலசுகிற கட்டுரை இவ்வாறு முதலியார்கள் வீட்டுக்குள் ஒளிந்துகொண்டதைப் பேசும்போது அது அவர்களின் "ஆண்மைக் குறைவை" அறிவிப்பதாகவோ "ஆண் அடையாளம்" உடைந்ததைச் சுட்டுவதாகவோ கூறுவதில்லை; அதேபோல, முதலியார்களின் சாதிய அதிகாரத்துக்கு எதிராக, அநீதிக்கு எதிராக தலித்துகள் முன்னெடுத்த போராட்டத்தை தலித்துகளின் "ஆண் அடையாளச்" செயல்பாடாக அது முன் வைப்பதில்லை. மாறாக, சாதியத் தாக்குதலுக்கு ஆளாகும் தலித் ஆண்களின் "ஆண் அடையாளம்" குறைவுபடுவதாக, பொதுச் சமூக (அதாவது ஆதிக்கச் சாதி) மனநிலையை அப்படியே ஏற்று ஒப்பிக்கிறது. ஆதிக்கச் சாதி வன்முறை உருவாக்கும் ஒடுக்கப்படுகிற தலித் ஆண் தன்னிலை கல்விப் புலத்திலும் மீளுருவாக்கம் செய்யப்படுகிற விதம் இது என்பதை இங்கே குறிப்பிட வேண்டும்.

தொடர்ந்து "புதிய தலித் ஆண்மை" ("New Dalit Masculinity") என்ற துணைத் தலைப்பிலான பகுதியில் தலித் "ஆண்மை"களை விவாதிக்கிற பேரில் அவர்களது "ஆண்மை"யை வன்முறையோடு சமப்படுத்துகிறது கட்டுரை. தலித் ஆண்களை ஒழுக்கத்தில் குறைபட்டவர்களாக, குடித்துவிட்டு வன்முறையில் ஈடுபடுபவர்களாக, நுகர்வில் விருப்பம்கொண்டு ஜீன்ஸ், ஷர்ட், ஷூக்கள் போன்றவற்றை அணிபவர்களாகச் (இந்த இடத்தில் பா.ம.க தலைவர் ராமதாஸ் நினைவுக்கு வந்தால் நான் பொறுப்பல்ல) சித்திரித்து, மொத்தமாகச் சாதியச் சமூகச் சொல்லாடல்களோடு இணைந்துகொள்கிறது கட்டுரை. இதில் வைக்கப்பட்டிருக்கிற களத்தரவுகளே போதாமையானவை, ஒருபட்சமானவை, நுகர்வு முதலிய விவகாரங்கள் எல்லாச் சாதிகளுக்கும் உரித்தானவை எனப் பேராசிரியர் சி.லக்ஷ்மணன் சரியாக எடுத்துக்காட்டியிருக்கிறார் (2014).

மேலும் "ஆண்மை"களை ஆராய்கிறபோது கடந்த காலத்துக்கும் தற்காலத்துக்குமாக இப்படியொரு இருமையும்

முதன்மையாக அந்தக் கட்டுரையில் மொழியப்படுகிறது: "உயர் சாதி" ஆண்கள், அதாவது முதலியார்கள், தங்கள் "ஆண்மை"களை நிறுவனமயமாக்கப்பட்ட நியதிகள் சார்ந்து (உதாரணமாக, அந்தக் காலத்தில், அவர்களைப் பார்த்தால் தலித்கள் வணங்க வேண்டும் என்பது போன்ற நியதிகள்) முன்னிறுத்தினார்கள், ஆனால் தலித் ஆண்களோ உடலார்ந்த செயற்பாடுகளில் இன்று தங்கள் "ஆண்மை"களைக் காட்டுகிறார்கள் என்றொரு வாதத்தைக் கட்டுரை முன்வைக்கிறது. தலித் ஆண்களின் உடலார்ந்த செயற்பாடுகளாகக் கூறப்படுபவை: தெருக்களில் (அதாவது முதலியார் தெருக்களில்) சுற்றுவது, "உயர் சாதி" இளம்பெண்களைச் சீண்டுவது, சரீரத் தாக்குதல் போன்றவை.

இவற்றையெல்லாம் சார்ந்து கட்டுரையில் ஒரு அவதானிப்பும் வைக்கப்படுகிறது. ஆண்களும் பெண்களும் (பொதுவெளியில்) இயங்குவது அதிகமானதாலும், பேருந்து நிறுத்தம், தொழிற்சாலை உள்ளிட்ட இடங்களில் அவர்கள் சந்திக்கும் வாய்ப்புகள் பெருகியிருப்பதாலும், கடந்த பத்து வருடங்களில் அந்த ஊரில் பல "ஓடிப்போதல்கள்," "கலப்புத் திருமணங்கள்" நடந்திருக்கின்றன என்கிறது கட்டுரை. உடனே இப்படியும் கூறுகிறது: "புதிய பாலியல் சாத்தியங்கள் இருக்கிற சூழலில், தலித் இளைஞர்களின் ஆண் அடையாளத்தை வரையறுப்பதில் காதல் மையப் பங்கு வகிக்கிறது. காதலுக்கு முன்னோட்டமாக, வேலைக்கு அல்லது படிக்கச் செல்லும் இளம் பெண்களைச் சீண்டுவது இவர்களின் பெரிய பொழுது போக்காக உள்ளது." இத்தகைய "காதல் திருமணங்கள்" "உயர் சாதி" ஆண்களுக்குத் தங்கள் பெண்கள் மீது கட்டுப்பாடு இல்லை என்பதாக, அவர்களின் ஆண்மைக்குச் சவால்விடுகிற விதத்தில் நிகழ்வதாகவும் கூறுகிறது.

சாதி கடந்த எதிர்பால்களுக்கிடையிலான காதல் காலங்காலமாகக் கற்பிதம் செய்யப்பட்டிருக்கும் சாதிகளது "ஆண்மை" அடையாளங்களுக்கு இடையிலான போட்டிச் சொல்லாடலால் இப்படித்தான் கபளீகரம் செய்யப்படுகிறது. இச்சொல்லாடலில் காதலுக்கே உரிய இச்சையின் வழித்தடங்கள் பேசப்படுவதில்லை; விசாரணைக்குள்ளாவது இல்லை. ஆனால் யதார்த்தத்திலோ சமூகத்தில் மேலாதிக்கம் பெற்றிருக்கும் எதிர்பாலியல் இச்சையின் தடங்கள் சாதிய அடங்கலுக்குள் அப்படியே கட்டுப்படுவதில்லை என்பதுதான் உண்மை, சொல்லப்போனால் சாதியத்துக்குப் பெரிய சவால் அந்த இச்சைத் தடங்கள் என்பதால்தானே ஆதிக்கச் சாதிகள் அவற்றை அழித்துவிடப் பார்க்கின்றன? அவ்வப்போது ஒரு சமூகச் செயற்பாடாகவே கொலையை முன்நிறுத்தி, சாதி கடந்து காதலிப்பவர்களைத் தீர்த்துக் கட்டுகின்றன?

பரியேறும் பெருமாள் திரைப்படத்தில் ஆதிக்கச் சாதிப் பெண்ணான ஜோவின் காதலைப் பரியன் ஏற்காதிருப்பதையும், அத்தோடு பெண் வேஷக்காரரான தந்தையைச் சுவீகரிப்பதையும் மேலே விவாதித்தவற்றை மனத்தில் கொண்டு வாசிக்க வேண்டும். ஜோவின் பின்னால் அவன் "அலைவதில்லை," "அவள் தெருவுக்கு அவன் செல்வதில்லை." அவன் அவளைப் பார்ப்பது அதிகபட்சமாகக் கல்லூரியில் மட்டும்தான். தனக்கு மட்டும் ஏன் அவள் திருமணப் பத்திரிகை தர வேண்டுமென்று விமர்சிக்கிறான். ஜோவின் காதலை அவன் ஏற்காதிருப்பதைச் சாதி கடந்த காதலைக் குறித்து இங்கே கட்டமைக்கப்பட்டிருக்கும் "ஆண்மை"களுக்கு இடையிலான போட்டிச் சொல்லாடலை அவன் ஏற்காதிருப்பதாக, அதில் பங்குபெற மறுப்பதாகவே பொருள்கொள்ள முடியும். ஆனால் அவன் அதைச் செய்வதோடு நிற்பதில்லை, பெண் வேஷம் பூணும் தந்தையை சுவீகரிப்பதன் மூலம் வழக்கமான பாணியில் வடிவமைக்கப்பட்டிருக்கும் 'ஆண்மை' என்பதையும் அவன் கேள்விக்குள்ளாக்குகிறான். பெண்மைக்கு எதிர்நிலையில், அதிலிருந்து விலகிய, மற்றொரு அடைபட்ட வகைமையாகச் சமூகத்தில் ஆண்மை வரையறுக்கப் பட்டிருப்பது அவனால் சவாலுக்கு உள்ளாக்குகிறது. தாயைப் போலப் பராமரிக்கும் தந்தை என்பதால் பால் பாத்திரங்களும்கூடக் காட்சிபூர்வமாகக் கலைத்துப் போடப்படுகின்றன.

முக்கியமாக, "பெண் வேஷம்" பூணுதல் என்பது நிகழ்த்துக் கலைச் செயற்பாடாக உள்ளதால் அவன் தன் தந்தையைச் சுவீகரிப்பது அரசியல் குறியீடாகவும் உள்ளது: ஆதிக்கச் சாதியினரின் வன்முறைச் செயற்பாட்டுக்கு நேர் எதிராகக் கலைச் செயற்பாட்டின் தரப்புடன் அவன் கொள்ளும் அணுக்கத்துக் கான குறியீடாக அதைக் கருத முடியும். தந்தை பங்கப்பட்டுத் தாக்கப்படும்போது அந்தக் குறியீடு ஒரு கணம் அச்சுறுத்தலுக்கு உள்ளாகிறது. அவன் கத்தியைக் கையிலெடுக்கிற கணம் அதுவே. ஆனால் அவனுடைய தாயின் வார்த்தைகள் இத்தகைய பல அன்றாட அவமானங்களைத் தாண்டி அவன் தந்தை வந்திருப்பதைச் சொல்கிறது. ஒரு கோணத்தில் இதையெல்லாம் தாண்டி நிற்கும் அவரது கலையின் ஆற்றலும்கூட அது.

திரைப்படத்தின் கடைசிக் காட்சியில் பரியனின் கூற்று ஒரு தலித் இளைஞன் தனக்கு ஏற்படும் எதிர்பால் நட்பானது ஈர்ப்பா, காதலா என்று முடிவு செய்கிற இடத்தில் இல்லையென்கிற சமூக யதார்த்தத்தைச் சுட்டுவதாக வருகிறது. ஆனால் அதனால்தான் அவன் அச்சமுற்று ஜோவிடம் காதல் கொள்ளவில்லை என்று பொருள்கொள்வது எளிமையான புரிதல். சொல்லப் போனால் இந்த விஷயத்தில் கதையாடல்

ஒரு விளையாட்டை நிகழ்த்துகிறது. ஜோ அவனுக்குத் தேவதை என்று சொல்லப்பட்டவுடன் தமிழ்த் திரையின் வழக்கப்படி அதைக் காதலோடு இணைத்துப் பார்க்க நம்மைத் தூண்டுகிறது. ஆனால் யோசித்துப் பார்த்தால், ஜோவை மட்டுமே அவனுடைய தேவதையாகக் கதையாடல் சொல்லுவதில்லை. அவனுக்குப் பல தேவதைகள். பிற்காலனிய சமூகத்தில் வகுப்பறையை ஆக்கிரமிக்கும் ஆங்கிலத்தின் காரணமாகப் புதைகுழிக்குள் அவன் தள்ளப்படும்போதெல்லாம், தோல்வியுறும்போதெல் லாம் அவனை மீட்டெடுக்கிறவர்கள் அந்தத் தேவதைகள். அதில் ஜோவும் ஒருத்தி. "ஆண்மை"களின் போட்டிப் பொருளாக, இலக்காக ஆதிக்கச் சாதிச் சமூகத்தில் கட்டமைக்கப்பட்டிருக்கிற "உயர் சாதிப்" பெண்ணுடன் காதலையும் அவன் தவிர்க்க வேண்டும்; அதேநேரத்தில் தனக்கு உதவும், தன் மீது பிரியம் காட்டும் அவளை அங்கீகரிக்கவும் வேண்டும். அவ்வகையில் தேவதை என்ற உருவகம் பொருத்தமாக உதவுகிறது. அவனுக்கான காதலி என்பதைவிட அவனுக்கான தேவதையாக அவள் இருப்பதாலேயே அவள் ஒரு குமிழுக்குள் வாழ்கிறாள். சமூக யதார்த்தத்திலிருந்து விலகிய, அன்பை மட்டுமே ஆதாரமாகக் கொண்ட வாழ்தல். வேறு பல திரைப்படங்களில் வரும் பொம்மைக் கதாநாயகியைப் போல முதல் பார்வையில் தோன்றினாலும் அது அல்ல அவள். இப்படத்தின் ஆதார வாதத்தோடு இணைத்துப் பார்க்கும்போது அவளுடைய கதாபாத்திரத்தின் பங்களிப்பே வேறு. இப்படித்தான் அவள் இருக்கமுடியும்.

கொலை முயற்சியிலிருந்து தப்பிய பரியன் ஜோவின் தந்தையிடம் "உங்க மானம், மரியாதை, கௌரவம் எல்லாத்தையும் நான் காப்பாத்தியிருக்கேன்" என்கிறான். அவர் யோக்கியதையைத் தான் சொல்லியிருந்தால், வன்முறை முகத்தை அம்பலப்படுத்தியிருந்தால் அவள் காறித் துப்பிவிட்டு இறந்திருப்பாள் என்கிறான். இதில் 'கௌரவம்,' 'மானம்' என்று ஆதிக்கச் சாதியினர் மத்தியில் புழங்கும் 'மதிப்பீடுகள்' மறுவரையறைக்கு உள்ளாகின்றன. ஒரு சொல்லாடல் மடைமாற்றம் நடக்கிறது. சாதி கடந்த காதல், திருமணம் ஆகிய வற்றின் உள்ளடக்கமாக ஆதிக்கச் சாதியினரால் கருதப்படும் 'கௌரவ'மும் 'மான'மும் பெண்ணுக்கு நல்ல தந்தையாக ஒருவர் இருப்பதோடு அடையாளப்படுத்தப்படுகின்றன; குடும்பத்துக்குள் ஒருவருக்கொருவர் கொள்ள வேண்டிய நேசமாக, இரட்டை வேடம் தவிர்த்த பரஸ்பர நம்பிக்கையாக மாற்றிக் காட்டப்படுகின்றன.

திரைப்படத்தின் கடைசிக் காட்சி இரண்டு தம்ளர்களோடு முடிகிறது. "தீண்டாமை"யெனும் கொடுமையான சமூக யதார்த்தம்

இவ்வகையில் சுட்டப்படுவதற்கு முன்னால் ஒரு வசனம் வருகிறது: “நீங்க நீங்களா இருக்குற வரைக்கும், நான் நாயாதான் இருக்கணும்னு நீங்க எதிர்பார்க்கற வரைக்கும் இங்க எதுவுமே மாறாது.” இதை விதிவசவாதமாகவோ, ஒடுக்குமுறையை வேறு வழியின்றி ஏற்றுக்கொள்வதாகவோ நான் கருதவில்லை.

இந்த வசனத்தை அர்த்தப்படுத்திக்கொள்ள சிந்தனையாளர் டி.ஆர். நாகராஜின் பார்வை எனக்கு உதவியது. தலித் சுயமரியாதையை நிலைநிறுத்தும் அம்பேத்கரின் புரட்சிகர அரசியலோடு காந்தியின் ஒருங்கிணைக்கும் அணுகுமுறையை இணைக்கும் வகையில், காந்தியைச் சுட்டி அவர் எழுதுவது சிந்திக்கத்தக்கது: “தலித் மற்றும் சாதி இந்துச் சமூகங்கள் ஒன்றோடொன்று கூட்டுறுப்பாகப் (organic) பின்னிப் பிணைந்திருப்பதால் தீண்டாமை எனும் கருத்தாக்கம் சாதி இந்துச் சமூகத்தின் மூளையிலிருந்தும் இதயத்திலிருந்தும் மறைய வேண்டும். மற்றமை மாற வேண்டும். மற்றமையோடு தொடர்ந்த, ஆழமான உரையாடல்கள் இன்றித் தீண்டாமையை ஒழிக்கும் எம்முயற்சியும் பயன்தராது. மற்றமையைப் பற்றிக் கொண்டு, அதனோடு ஒருமித்த நிலையில் [சுயம்] போராடுவதன் மூலமாக மட்டுமே மாற்றத்தைக் கொண்டுவர முடியும்” (2010).

நாகராஜ் சுட்டிக்காட்டுவது போலச் சாதி வன்முறைக்குத் தீர்வு காணும் வழியில் ஆதிக்கச் சாதி மற்றமையோடு தொடர்ந்த உரையாடல்களின் வழியில் நடத்தும் போராட்டம் முதன்மை பெறுகிறது. அதைத்தான் பரியன் செய்கிறான். ஜோவுடைய தந்தையின் வன்முறை முகத்தை அவளிடத்தில் அவன் அம்பலப்படுத்தாததன் மூலம் அந்தச் சலுகையை அவள் தந்தைக்குத் தருவதன் மூலம் உரையாடலை நோக்கிப் பரியன் அவரை நகர்த்துகிறான். அவர் மன்னிப்பு கேட்பது அவரிடம் ஏற்பட்டிருக்கும் முதல் திறப்பு. ஆதிக்கச் சாதி மற்றமை மனதார மாற வேண்டும், இல்லாவிட்டால் எந்தச் சமூக மாற்றமும் நிகழாது என்ற அணுகுமுறையின் தரப்பாகத்தான் பரியன் பேசும் அந்த வசனத்தை அர்த்தப்படுத்திக்கொள்ள முடிகிறது.

இன்றைய வாழ்க்கை யதார்த்தத்தில் இரண்டு தம்ளர்கள் இருக்கத்தான் செய்கின்றன. ஆனால் அவை உடைந்து இல்லாமல் போவதற்கான வழியில் திரைக்கலையின் வாயிலாக எடுத்துவைக்கப்பட்டிருக்கும் முதல் அடியாகப் *பரியேறும் பெருமாள்* திரைப்படம் உள்ளது.

(*காலச்சுவடு* [எண் 228, டிசம்பர் 2018] இதழில் இக்கட்டுரை வெளிவந்தது.)

உதவிய கட்டுரைகள், நூல், திரைப்படம், காணொளி

ஆங்கிலம்

Anandhi, S, J. Jeyaranjan and Rajan Krishnan. "Work, Caste and Competing Masculinities: Notes from a Tamil Village." *Economic and Political Weekly*, 37.43 (Oct. 26 - Nov. 1, 2002): 4397-4406.

Kolappan, B. "Ramadoss Consolidates Intermediate Caste Groups against Dalits," *The Hindu*, 2 December 2012. http://www.thehindu.com/news/national/tamil-nadu/Ramadoss-consolidates-intermediate-caste-groups-against-Dalits/article12432099.ece.

Lakshmanan, C. "Dalit Masculinities in Social Science Research: Revisiting a Tamil Village." *Economic and Political Weekly*, 39.10 (Mar. 6, 2004): 1088-1092.

Nagaraj, D.R. *The Flaming Feet and Other Essays: The Dalit Movement in India*. New Delhi: Permanent Black, 2010.

தமிழ்

பரியேறும் பெருமாள். இயக்கம்: மாரி செல்வராஜ். தயாரிப்பு: பா. ரஞ்சித். 2018.

திருமாவளவன். உரை. Arcot Times. https://www.youtube.com/watch?v=mi-wJddRVz4

3

சாதியும் நானும்:
உள்திரும்பும் விழி

பேராசிரியர் பெருமாள்முருகன் பதிப்பித்திருக்கிற *சாதியும் நானும்* (காலச்சுவடு, 2013) என்கிற அனுபவக் கட்டுரைகளின் தொகுப்பு மூன்று வகைகளில் முக்கியமானதாக எனக்குத் தோன்றுகிறது. முதன்மையாக, சாதி என்பது வழமையாகப் பேசப்படும் அதன் சார வடிவத்திலன்றி குறிப்பிட்ட சாதிகளின் பொருண்மையான செயல்பாடுகளில் நிலைகொண்டிருப்பதை இந்தப் பதிவுகள் துல்லியமாகக் காட்சிப்படுத்துகின்றன. இரண்டாவதாக, திண்மையானவையாகத் தோற்றம் தரும் சாதியாதிக்கக் களங்களின் வலுவற்ற தன்மையை எடுத்துக்காட்டும் சூழல்கள் நூலில் இடம்பெற்றிருக்கும் சில கட்டுரைகளின் உள்ளுறைப் பொருள்களாகின்றன. கடைசியாக, எழுத்தாளரின் சுயவிசாரணை என்பது சில கட்டுரைகளில் செறிவுமிக்க சொல்லாடலணியாகக் கையாளப்பட்டிருக்கிறது. அது பிரதியோடு வாசகருக்கு அணுக்கம் ஏற்படுவதற்கு மிகவும் உதவுவதாக இருக்கிறது.

சாதி வன்முறைகள் பட்டியலினத்தவருக்கு எதிராக நிகழ்த்தப்படும்போது அவை பற்றிய ஊடகச் செய்திகளில் ஆதிக்கச் சாதியின் பெயர்கூடச் சுட்டப்படாமல் மழுப்பப்படுவதை இன்றைக்கும் நாம் பார்க்கிறோம். ஆனால் இந்த நூலின் பதிவுகளில்

சாதியாதிக்கச் செயல்பாடுகள் அவற்றின் குறிப்பிட்ட இடம் காலம் சார்ந்த பரிமாணங்களில் பெயர் குறிப்பிட்டு வைக்கப்படுகின்றன. அதனால் சாதியாதிக்கச் செயல்பாட்டின் குறிப்பான தனிப்பட்ட தன்மை அதனளவில் வாசகருக்குத் தரப்படுகிறது. சில உதாரணங் களைப் பார்க்கலாம்:

பொம்மனத்துப்பட்டியில் ஆதிக்கச் சாதியான தொட்டிய நாயக்கர் அடுத்த சாதியினரின் வேளாண்மையைப் பாழ்செய்தல், பாசனத்தில் அதிக உரிமை கொண்டாடுதல், அடுத்த சாதியினரின் தென்னை மரங்களிலிருந்து தேங்காய் திருடுதல், அச்சுறுத்தல் போன்றவை (நா. அருள்முருகன்); கொல்லிமலையில் ஆற்றையும்கூடப் பிரித்துவைத்து தலித்துகளை ஒதுக்கி வைக்கும் மலையாளிக் கவுண்டர்கள் (பெருமாள்முருகன்); எழுமாத்தூரில் கிழங்குவெட்டும் களங்களில் நிலவும் வன்னியர் ஆதிக்கம் (பெ. முத்துசாமி); சிலுவம்பட்டியில் அம்மன் திருவிழா உள்ளிட்ட நிகழ்வுகளிலும் சாதி பிரித்து ஒடுக்கும் கவுண்டர்கள் (செ. சுரேஷ்குமார்); நடுச்சிவந்திபுரத்தில் சாணார்களை ஏசும் “உரிமை” பெற்றிருப்பதாக நினைக்கும், ஆனால் அவர்களுக்கு அந்த “உரிமையை” மறுக்கும் தேவர்கள் (க. காசிமாரியப்பன்). மேலும், பரந்த நிலப்பரப்பில் அல்லது ஊரில் தொடர்ந்து நடக்கும் குறிப்பிட்ட செயல்பாடுகளால் – உதாரணமாக, கோயில் திருவிழாக்களில், பூசைகளில் தலித்துகளை ஒதுக்கி வைத்தல், திருமண மண்டபங்களை வாடகைக்குத் தரமறுத்தல், முடிதிருத்தகங்களில் முடிவெட்ட மறுத்தல் பயணங்களில்கூடச் சாதியை அறிந்துகொள்ள முனைந்து கேள்விகளை அடுக்குதல், வகுப்பில் சாதி சொல்லிக் கூப்பிட்டுக் கல்வி உதவித்தொகை அறிவிப்பு செய்தல் போன்றவற்றால் – வீடு, இரயில், சாப்பாட்டுக் கூடம், கோயில், முடிதிருத்தகம், கல்விக்கூடம் என்று பல்வகை யான இடங்கள் சாதியாதிக்கத்தின் களங்களாக உருவாக்கமும் மீளுருவாக்கமும் செய்யப்படுவதைப் பல பதிவுகள் அழுத்தமாக எடுத்துரைக்கின்றன.

முன்னிலைத் தோற்றமாகும் சாதி

“என் அனுபவத்தில் சாதியைக் கடவுள் போலவே உணர்கிறேன். கிராமம் நகரம் மலை என்றெல்லாம் பேதமில்லை. படித்தவர் படிக்காதவர் என்றும் பிரித்துப் பார்க்கக்கூடாது. கடவுள் எங்கும் நிறைந்திருப்பார். சாதியும் அப்படித்தான்” என்று சாதியின் அன்றாட கணங்களைச் சுட்டிப் பெருமாள்முருகன் தன் கட்டுரையில் குறிப்பிட்டிருக்கிறார் (211). நீக்கமற நிறைந்திருக்கும் கடவுள்போல எங்கும் நிறைந்திருக்கிறது சாதி, எந்நாளும் நம்மை நினைவுகூரச் செய்கிறது சாதி. கடவுள் எல்லாவிடத்திலும்

நிறைந்திருப்பவர் என்றாலும் பிறகேன் கோயில்கள்? எங்கும் நிறைந்திருந்தாலும் எந்நாளும் நினைக்கப்பட்டாலும், நம்பப்படுகிற கடவுளை, கடவுளின் சக்தியை நமக்கு உடனடியாகச் சாத்தியப்படுத்தும், அந்த சக்தியானது உணரப்படும் இடங்களாகக் கோயில்கள் நம்பிக்கையாளர்களின் உணர்வுவெளியில் கட்டமைக்கப்படுகின்றன. எப்படிக் கடவுளருக்குக் கோயில்கள் அமைக்கப்பட்டிருக்கின்றனவோ அதேபோல வீடு போன்ற தனியிடங்களும் டீக்கடை, முடி திருத்தகம், கல்விக்கூடம் போன்ற பொதுவெளிகளும் சாதியாதிக்கத்தை உடனடியாக உணரப்படக்கூடிய இடங்களாகக் கட்டமைக்கப்படுகின்றன. ஒதுக்கிவைத்தல், பாகுபாடு காட்டல், தரவரிசைப்படுத்துதல் போன்ற தொடர்ந்த செயல்பாடுகளால் இந்தக் கட்டமைத்தல் இடையறாது நடந்தபடி இருக்கிறது. இத்தகைய செயல்பாடுகள் சாத்தியப்படுத்தும் அனுபவ உடனடித் தன்மையால் சாதியாதிக்கமும் கடவுளைப்போலப் பிரதிமமாக, உருவாக இங்கே உருவாக்கப்பட்டவாறு இருக்கிறது.

இதைக் கொஞ்சம் விவரிக்க முயற்சிக்கிறேன். தாழ்த்தப்பட்டவர் தன்னோடு பழகிய ஆதிக்கச் சாதியினர் ஒருவர் வீட்டுக்கு வருகிறார்; ஆனால் வாயிலில் நுழைகிற நொடியில் ஒரு தயக்கம் அவருக்கு எப்படி வருகிறது? அல்லது இதற்கு நேரெதிராக, சட்டென்று வருகிற தயக்கத்தை எப்படி அதேவேகத்தில் அவர் எதிர்கொண்டு உள்ளே நுழைகிறார்?

இந்தத் தயக்கம் அல்லது சாதிப்பாகுபாடு உணர்வில் பொறிதட்டுவதுபோல ஏற்படுவதை இப்படிப் புரிந்துகொள்ளலாம் என்று நினைக்கிறேன்: அர்ச்சனை உள்ளிட்ட தினப்பூசை, கும்பாபிஷேகம் போன்றவற்றால் கடவுள் சக்தியின் உடனடித் தன்மை உணரப்படுவதாகக் கோயில் வெளி தொடர்ந்து உருவாக்கப்படுகிறது. அதேபோலத் தொடர்ந்து நடக்கும் பல்வகை பாகுபடுத்தும் செயல்பாடுகளால் சாதியாதிக்கத்தின் உடனடித்தன்மை உணரப்படுகிற இடங்களாக வசிப்பிடங்களும் புறவெளிகளும் கட்டமைக்கப்படுகின்றன.

இங்கே சாதியாதிக்கத்தின் உடனடித்தன்மை என்பதைச் சாதியாதிக்கத்தின் நேரடியான பிரசன்னம் அல்லது முன்னிலைத் தோற்றம் என்று புரிந்துகொள்ளலாம். சாதியாதிக்கம் பண்பாட்டுக் கட்டுமானம் மட்டுமே அது இயற்கையானதல்ல, உயிர்க்கூறு பற்றிய சாராம்சமானதல்ல என்கிற புரிதல், அர்த்தப்படுத்திக் கொள்ளுதல் இவையெல்லாம் மின்னி ஒரு கணம் மறையக்கூடிய, ஆகவே அச்சப்படுத்தக்கூடிய தருணமாகவும் பிரசன்னம் உள்ளது. வேறேதோ காரணங்களால் இந்த முன்னிலைத் தோற்றத்திலிருந்து நாம் விடுபட்டால் விடுபட நேர்ந்தால் இன்னும் அழுத்தமான

வன்முறையாக நம்முன் தோற்றம்கொள்ளும் தருணமாகவும் அது உள்ளது. அப்படியான பாதிப்புத் தருணங்கள் இந்தக் கட்டுரைகளில் விவரிக்கப்பட்டிருக்கின்றன.

என்னை மிகவும் பாதித்த அப்படியொரு தருணம் ப. நல்லுசாமியின் கட்டுரையில் வருகிறது. புதுச்சத்திரம் அருகே ஓலப்பாளையத்தைக் களனாகக் கொண்ட கட்டுரை அது. பட்டியலினத்தவருக்கென்று சாப்பிடுகையில் தனி டம்ளர், தனி தட்டென்று வைத்துப் பரிமாறும் கவுண்டர் வீடு ஒன்றுக்கு மாரியம்மன் திருவிழாவை முன்னிட்டு அவர் செல்ல நேர்கிறது. கவுண்டர் வீட்டுப் பெண் கூடப் படிப்பதாலும் அவரின் தோழிகளும் அங்கே வந்திருப்பார்கள் என்பதாலும் முதலில் தயங்குகிறார். என்றாலும் செல்ல வேண்டியதாகிவிடுகிறது. அப்போது அந்த வீட்டுப் பாட்டி மாடுகளுக்கான கட்டுத்தறியில் இலையைப் போட்டு இவருக்குச் சாப்பாடு பரிமாறுகிறார். அப்போதுதான் கட்டுரையாளருக்கு நினைவுக்கு வருகிறது தன் "தனி" டம்ளரைத் தான் எடுக்காமல் வந்துவிட்டிருப்பது. பின்னர் நடப்பதை அவர் வார்த்தைகளிலேயே தருகிறேன்:

> டம்ளரை எடுக்கவேண்டுமானால் இலையில் உள்ள சாப்பாட்டை அப்படியே விட்டுவிட்டு வீட்டில் பின்புறத்திலுள்ள எரவாரத்திற்குச் செல்லவேண்டும். அப்படிச்சென்றால் சாப்பாட்டில் நாய் வாய்வைத்து விடும். நாய் பக்கத்திலேயே இருக்கிறது. கவுண்டர் நாய் என்பதால் அதை முடுக்கவும் முடியவில்லை. என்ன செய்வதென்று முழித்துக்கொண்டிருந்தேன். திடீரென அவர்கள் பாட்டி தொட்டியிலிருந்த பாசிபடிந்த டப்பாவில் தண்ணி மொண்டுகொண்டு வந்து என் இலை அருகே வைத்துவிட்டார். (172)

டம்ளரை அவர் மறந்துவிட்டார், சரி, எனவே தண்ணீர் வைக்கப்படாமலே விடப்பட்டிருக்கலாம். அப்படி விட்டு விடுவதால் ஊர்க் கவுண்டர்கள் தாங்கள் கொண்டிருப்பதாக நம்பும் அவர்களின் சாதித் தூய்மைக்கு எந்தப் பங்கமும் நேரப்போவதில்லை. ஆனால் பாசிபடித்த டப்பாவில் தண்ணீர் கொணர்ந்து வைக்கப்படுகிறது. இவ்வாறு சாதி மேலாண்மை நிகழ்த்திக்காட்டப்படுகிறது. சற்றே மறந்துபோயிருந்த, அல்லது மனத்தை விட்டு விலகிப்போயிருந்த சாதியாதிக்கம் நேரடியாக, பாசிபடிந்த ஒரு முன்னிலையாக உருக்கொள்கிறது. பாகுபடுத்தும் சாதிச் செயல்பாடுகளில் ஒரு மறதி, ஒரு சின்ன விடுபடல்கூடச் சாதி ஆதிக்கத்தின் களங்களின் கட்டமைப்பை அச்சுறுத்துவதாக இருக்கிறது, இந்தக் களம் தகர்ந்துவிடுமோ என்ற பயமிருக்கிறது.

பாசி பிடித்த டப்பாவில் தண்ணீர் மொண்டு வைப்பதைப் போலப் பாகுபாட்டை நிகழ்த்திக்காட்டுதல்கள் எந்த அளவுக்குச் சாதியாதிக்கக் களங்களின் பிடிமானத்தைப் பறைசாற்று கின்றனவோ அந்த அளவுக்கு, ஏன் அதைவிட மேலாகவே இக்களங்களின் எளிதில் உடையக்கூடிய தன்மையை, அடிப்படை யில் அவற்றுக்கான பண்பாட்டுக் கட்டுமானத்தின் வலுவற்ற, பொலபொலத்த தன்மையை வெளிக்காட்டுவனவாகவும் இருக்கின்றன. உண்மையில் இந்த வலுவற்ற, உடைபடக்கூடிய தன்மையாலேயே சாதிப் பாகுபாட்டின் நிகழ்த்திக்காட்டுதல்கள் தொடர்ந்து நடைபெறுகின்றன; தொடர்ந்து இத்தகைய நிகழ்த்திக் காட்டுதல்கள் சாதிப்பாகுபாட்டை நிறுவத் தேவைப்படுகின்றன.

அன்றாடத்தினின்றும் விலகிய இட, காலப் பரிமாணங் களில் இந்த உடைபடக்கூடிய தன்மை தன்னை அப்பட்டமாகவே வெளிக்காட்டிக்கொள்கிறது. கட்டுரைகளிலிருந்து குறிப்பாக இரண்டு சூழல்களில் இந்த உடைதல் நேர்வதைச் சுட்டிக்காட்ட விரும்புகிறேன். முதல் சூழலாக இருப்பது கலை. கட்டுரையில் பகலில் சக்கிலியராகத் தெரிந்து ஒதுக்கப்படுபவர், இரவில் நளச் சக்ரவர்த்தி கூத்தில் சனி பகவானாக வணங்கப்படுகிறார் (அன்பழகன், 27). காலையில் வீட்டில் அவர் சாப்பிட வரும்போது அவர் சாப்பிட்ட இடத்தைத் தண்ணீர் ஊற்றிக் கழுவுகிறார் கவுண்டர் சாதிப் பெண். அந்தப் பெண்ணுக்கு இரவில் அவர் கூத்தாடுகையில் அவர் காலைத் தொட்டுக் கும்பிடுவதில் எந்தப் பிரச்சினையும் இருப்பதில்லை (அன்பழகன், 27). சாதி பாராது அருந்ததியருக்குக் கூத்துக் கலையை விரும்பிச் சொல்லித் தரும் கவுண்டர் சாதிக் கூத்துக் கலைஞர்கள் இருக்கிறார்கள் (அன்பழகன் 31).

கலையைப் போலவே பதிவுகளில் காணக் கிடைக்கிற இன்னொரு சூழல் மருத்துவமும் நோய் குணப்படுத்தலும். 'கொடலாத்தத்தை' நீவும்போது பட்டியலினத்தவர் வீட்டு எண்ணெயைக் கவுண்டர் சாதியைச் சேர்ந்தவர் புறந்தள்ளலாம், ஆனால் பட்டியலினத்தவரின் கைமருத்துவத்தை நாடி கவுண்டர் சாதியைச் சேர்ந்தவர் அவர் இருப்பிடத்துக்கு வரவேண்டி யிருக்கிறது (பெ. பாலசுப்ரமணியன், 189). சாவுப் படுக்கையிலும் முதியவர் மருத்துவரின் சாதியைக் கேட்கலாம், ஆனால் தன் சாதியில்லை, நாவிதர் சாதி என்று அறிந்த பின்னும் மருத்துவர் கொடுக்கிற மருந்து தள்ளி வைக்கப்படுவதில்லை (கோவிந்தராஜ், 108). முக்கியமாக, சாதி ரீதியாக ஒதுக்கி வைக்கப்படுகிற சக்கிலியர் தன் நாவைத் துழாவவிட்டுச் சாதி வெறியர்களின் கண்ணில் விழுந்த தூசியை எடுக்கும்போது தீண்டாமை பேணப்படுவதில்லை (மு. நடராஜன், 165). உடல் ரீதியான மருத்துவம் மட்டுமல்ல,

பேயோட்டும் நிகழ்வுகளை மரபார்ந்த மனநல மருத்துவத் தொடர்புடையவையாகப் பார்த்தோமானால் இத்தகைய நிகழ்வுகளிலும் சாதி வேறுபாடு பின்னுக்குத் தள்ளப்படுகிறது. கோயில் கொடையில் பேயோட்டும் நிகழ்வுகளில் ஆதிதிராவிடக் கரகப் பூசாரியின் சாட்டைநுனியில் அடிவாங்கும்போது சாதி ஓடிப்போகிறது (மா. வெங்கடேசன், 244).

இத்தகைய நிகழ்வுகள் சாதிய அடையாளத்தின் அழிப்பைத் தற்காலிகமாகத்தான் சாத்தியப்படுத்துகின்றன என்றாலுமே இந்த அழிப்பு சாத்தியப்படுதல் என்பதே சாதியாதிக்கக் களத்தின் உடைபடக்கூடிய தன்மையைச் சுட்டுவதாகவும் காட்டித் தருவதாகவும் உள்ளது என்று நினைக்கிறேன். மேலும் வேறு வகையின் அமைந்த செயல்பாடுகள் – எடுத்துக்காட்டாக, கூத்தில் நடிப்பவரைச் சனி பகவனாக அந்தக் கதாபாத்திரமாகவே மாற்றும் நிகழ்த்துக் கலைச் செயல்பாடுகள், நோயைக் குணப்படுத்தும் மருத்துவச் செயல்பாடுகள் சாதியடையாளத்திலும் வேறு பட்ட அடையாளத்தை, சாதியடையாளத்தினும் வலுவான அடையாளத்தை முன்நிறுத்துவதைப் பார்க்கிறோம். கடவுளாகவே மாறிவிடும் சிறந்த கலைஞர் என்ற அடையாளத்தை, மருத்துவர் என்கிற மேம்பட்ட தொழில் அடையாளத்தை அவை நிறுவுவதைப் பார்க்கிறோம். சாதியாதிக்கச் செயல்பாடு களின் மேலாண்மையைக் குலைக்கும் இப்படியான மாற்றுச் செயல்பாடுகள் நடப்பிலுள்ளன என்பதே நம்பிக்கைக்கான விஷயமாக இருக்கிறது.

உள்திரும்பும் விழி

மூன்றாவதாக இந்நூலில் என்னை வெகுவாகக் கவர்ந்தது சில கட்டுரைகளில் வைக்கப்பட்டிருக்கும் சுயவிசாரணை. பார்க்கின்ற கண்ணையும் பார்க்கப்படுகிற பொருளையும் அப்படியே தராதவை இந்தக் கட்டுரைகள்; தன்னையும் சாதிப் பாகுபாட்டுச் செயல்பாடுகளையும் தனித்தனி வகைமைகளாகப் பிரித்துவைத்துப் பேசாமல், தனக்குள் இயங்கும் இத்தகைய செயல்பாடுகளையும் இனம் கண்டுகொள்வதாக, கண்ணை உள்ளே திருப்பித் தன்னைப் பார்த்துக்கொள்வதாக இருக்கின்றன இவை. ஒரு தலித் மாணவரை மற்றவர்களோடு பேசாமலிருக்கச் செய்வதற்காக அவர் ரூபாய் திருடியதாக, பிற மாணவர்கள் சொல்லிக்கொடுத்துத் தான் சொல்லியதைக் குறிப்பிடுகிறார் ஒரு கட்டுரையாளர் (இராஜேஸ் கண்ணன், 54). சாவு வீட்டில் சகோதரியைத் திட்டும்போது "பறையன் பத்தெட்டு ஜாதியும் வருமிடம், இதில் அக்கா வந்துட்டுப்போரா விடுங்க" என்று தன்யோசனையின்றிச் சொல்லியதற்காகப் பின் மனம் வருந்தியதை

நினைவுகூர்கிறார் இன்னொரு கட்டுரையாளர் (எழிலரசி, 61). பட்டியலினத்தவரின் வீட்டில் உண்ணும்போது தவறு செய்கிறோமோ என்றெண்ணுவதால் உணவு சுவைக்காமல், சரியாகச் சாப்பிடாதிருந்தது விமர்சனத்தோடு பதியப்படுகிறது (மு. நடராஜன் 164). அருந்ததியரோடு என்னதான் பழகினாலும் அவர்களோடு ஒரே தெருவில் இருந்தாலும் தனது பெண்ணை அவர்களில் ஒருவர் தன் பையனுக்கு மணம்முடிக்க விளையாட்டாகக் கேட்டபோது உள்ளெழுந்த சாதி மையக் கோபம் சுய பரிசீலனைக்கு உட்படுகிறது (பூங்கோதை, 201). சாதிவிலக்கம் செய்யப்பட்ட பெண்ணோடு வண்டியில் செல்வதை ஊரில் யாரும் பார்த்தால் பிரச்சினையாகிவிடுமோ என்று தொலைபேசியில் தன் நண்பரிடம் பேசுவதுபோல பாவனை செய்து அந்தப் பெண்ணை வண்டியிலிருந்து இறக்கிவிட்ட சாமர்த்தியம் சுய எள்ளலுக்குள்ளாகிறது (மகேந்திரன், 222).

சுயவிசாரணை என்பது சாதியத்தை ஆராய்கையில் அடிப்படையில் இருக்கவேண்டிய ஒரு மனித விழுமியமாக மட்டும் இங்கில்லை; சுய விசாரணை அதனைப் பதிவு செய்திருப்பவர்களைக் குறிப்பிட்ட சமூக, பண்பாட்டு இடத்தில் நிறுத்துகிறது. இப்படி நிறுத்துவதன் மூலம் வாசிப்பவர்களுக்கு இந்தக் குறிப்பிட்ட இடத்தோடு தங்களை அடையாளம் காணுதலோ அல்லது இந்தச் சுயவிசாரணையைத் தனக்கும் வேண்டிய ஒன்றாகப் பார்த்தலோ எளிதாகச் சாத்தியமாகிறது.

சுயவிசாரணையானது 'தன்' என்பதிலிருந்து இன்னொரு சுற்றில் தன்சாதிக்குள் இயங்கும் ஒடுக்குமுறை சம்பிரதாயங்களைப் பற்றிய சுயவிமரிசனப் பார்வையாகவும் வெளிப்படுகிறது. பால் படிநிலைகளை வரையறுக்கும், ஒழுங்குபடுத்தும் சம்பிரதாயங்களைப் பற்றிய விவரிப்புகள் மு.நடராஜனின், வ. கிருஷ்ணனின் கட்டுரையில் இடம்பெறுகின்றன. தொட்டிய நாயக்கர் சாதியில் மாதவிலக்கின்போது மூன்று நாட்களும் வீட்டுக்கு வெளியே பெண்கள் தங்கியிருக்க வேண்டும்; நான்காவது நாள் ஊருக்கு ஒதுக்குப்புறத்திலிருக்கும் தனியிடத்தில் துணிகளைக் களைந்து குளித்துவிட்டு வீட்டுக்குள் வரவேண்டும்; நகரத்துக்கு இடம்பெயர்ந்துவிட்டவர்களும் மாதவிலக்கானவர்களை போர்டிகோ போன்ற இடங்களில்கூட தங்கவைப்பதுண்டு என்று எழுதுகிறார் நடராஜன். பார்ப்பனர்கள் பெண்களை மாதவிலக்கின்போது 'தூரம்னாள்' என்று ஒதுக்கி வைப்பதைப் பற்றி விரிவாக எழுதியிருக்கிறார் கிருஷ்ணன். இதுபோன்ற சுயசாதி அனுபவங்கள் சக மனிதர்களை மதிக்கவும் புரிந்துகொள்ளவும் தனக்கு உதவிசெய்ததையும் அவர் குறிப்பிட்டிருக்கிறார்.

ஒரு பார்ப்பனப் பெண்ணாக இந்தக் கட்டுரையில் சில இடங்களில் என்னை நான் கண்டுகொள்ள முடிந்தது. கடலூரில் நான் வளர்ந்த சூழலில் இந்த 'தூரம்னாள்' அனுபவங்களைச் சந்தித்திருக்கிறேன். நான்கு குடும்பங்கள் முற்றத்தைச் சுற்றி வசித்த ஒண்டுக் குடித்தனம். வெளிச்சமற்ற ரேழி என்று சொல்லப் படுகிற சிறிய இடத்தைத்தான் மாதவிலக்கின்போது பெண் களுக்கு ஒதுங்கக் கொடுப்பார்கள். வௌவால்களும் எலிகளும் கரப்புகளும் டாஸ்மாக்கில் தண்ணீராகப் புழங்குமிடம். மின்சாரம் கிடையாது என்பதால் மின்விசிறி கிடையாது. "வேண்டுமானால் சிம்னி விளக்கில் படி." மூன்று நாட்கள் குளிக்கவும் கூடாது. வீட்டில் அனைவரும் உண்டபின் ஆறிப்போன சாப்பாட்டைத் தட்டில் போட்டு பத்தடி தள்ளி நின்று நம் பக்கம் நகர்த்தி விடுவார்கள். குடித்தனங்களிலிருக்கும் விடலைகளின் தொல்லை களைத் தாங்கமுடியாது. நான்காவது நாள் எல்லாருக்கும் பொதுவான பெரிய முற்றத்தில் அம்மா தண்ணீர் எடுத்துக்கொடுக்க விடிகாலையில் குளிக்கவேண்டியிருக்கும். தினம் எட்டு மணிக்கு எழுந்துகொள்ளும் விடலைகள் என்றைக்குத் 'தூரம் குளிக்கிறோம்' என்று கணக்கு வைத்துக்கொண்டு விடிகாலையில் பார்க்க எழுந்துவிடுவார்கள். குளிக்கும்போது அவமானத்தில் பூமி பிளந்து புதைந்துவிடலாமா என்று தோன்றியிருக்கிறது. எனக்குச் சென்னையில் வேலை கிடைத்து விடுதியில் வசிக்கத் தொடங்கியவரை இந்த அவலம்தான். பொருளாதாரச் சுதந்திரம் கிடைத்தவுடன்கூட இவ்விவகாரத்தில் உடனடியாக வீட்டில் எதிர்ப்பை நேரிடையாகக் காட்டமுடிந்ததில்லை. மாதவிலக்கின்போது ஊருக்குச் செல்வதைத் தவிர்த்துவிடுவேன். அவ்வளவுதான் என்னாலானது.

சில வருடங்கள் சென்றாவது வீட்டில் இதைப் பற்றித் துணிந்து எதிர்த்துப் பேச, ஒதுங்க மறுக்க எனக்குத் தைரியம் கொடுத்தது தொடர்ந்த புத்தக வாசிப்பும் சென்னை வாசமும்தான். மூன்று நாட்கள் ஒதுக்கிவைக்கும்போது இத்தனை வெறுப்பாகவும் வேதனையாகவும் இருக்கிறதே, வாழ்க்கைமுழுக்க ஒதுக்கிவைக்கப்படுபவர்களுக்கு எப்படி யிருக்கும் என்று யோசித்திருக்கிறேன். ஒருபோதும் சாதி ரீதியாக ஒதுக்கப்பட்டிருப்பவர்களின் வலியை அப்படியே முழுக்க என்னால் புரிந்துகொள்ள இயலாது, அதை எந்த இலக்கிய வெளிப்பாட்டிலும் நான் பிரதிநிதித்துவப்படுத்த இயலாது என்றறிவேன். என்றாலும் பார்ப்பனப் பெண் என்பதால் தீண்டாமையோடு உணர்வுப்பூர்வமான தளத்தில் ஒரு சின்ன அறிமுகம் எனக்கு இந்த அனுபவத்தில் கிடைத்திருக்கிறது.

பெண்ணியப் பார்வைகளின் தேவை

இதைச் சொல்லும்போது இக்கட்டுரைத் தொகுப்பைப் பற்றி எனக்கிருக்கும் விமர்சனத்தை வைக்கலாம் என்று நினைக்கிறேன். பெண்ணுக்கே உரித்தேயான அனுபவங்கள் என்பவற்றைப் பொறுத்தவரை இப்புத்தகம் ஒரு மாற்று குறைந்திருக்கிறது. நம் சமூகப் பண்பாட்டுச் சூழலில் சாதியாதிக்கக் கருத்தியலும் பாலினக் கருத்தியல்களும் ஒன்றோடொன்று பிரிக்க முடியாமல் பிணைந்திருப்பவை. மரபார்ந்த சாதி மறுப்பு சொல்லாடல்களில்கூடப் பெண்ணுடல் ஆணுடைய இச்சைக்கும் உடைமைக்குமான ஒன்றாகத்தான் இருக்கிறது. சித்தர்களின் பாடல்களிலும் "பறச்சி போகம் வேறதோ, பணத்திப் போகம் வேறதோ" போன்ற வரிகள் இருக்கின்றன. இவ்வரிகள் இந்நூலில்கூட ஒரு கட்டுரையில் குறிப்பிடப்பட்டிருக்கின்றன. வைதீக ஆச்சாரங்களை, கட்டுப்பாடுகளை வெறுப்பவர்களால்கூட போகப்பொருளை ஆண்பாலில் ஏன் சொல்லமுடியவில்லை? அதிலிருக்கிறது நம் பண்பாட்டின் பிரச்சினை.

ஆண் விதை தருபவன், பெண் பயிரிடப்படும் நிலம் என்பதாக ஆண்–விதை, பெண்–நிலம் என்று பண்பாட்டில் நிலவிவரும் பால் உருவக இருமையில் பெண் என்பவள் ஆணின் போக உடைமைப் பொருளாகக் கருதப்படுவதில் ஆச்சரிய மில்லை. ஆண்வழி வம்சாவளியை மையமாகக் கொண்ட சாதியச் சமூகத்தில் ஆணின் பெண்ணுடனான திருமணம் உடைமைப் பொருள் மேலான தன் உரிமையை, அதிகாரத்தை நிரூபித்தலாகவே இருக்கிறது. ஒரு பெண் அகமண முறையை மறுத்து வேற்றுச் சாதி ஆணோடு மணவுறவு கொண்டால் அத்தகைய திருமணமும்கூட வேற்றுச் சாதி ஆண் "சொந்தச் சாதி" ஆணின் பெண்மீதான உரிமைக்குச் சவால் விடுவதாகவே கருதப்படுகிறது. தவிர, சாதி விட்டுச் சாதி காதலிக்கும் பெண் அல்லது அவ்வாறு திருமணம் செய்துகொள்ளும் பெண் பாலியல் தளத்திலும் அவதூறு செய்யப்படுதல் இங்கே சாதாரணம். அப்படித் திருமணம் செய்து கொள்ளும் பெண் அளவுமீறிய பாலிச்சை கொண்டவள் என்ற விவரணையிலிருந்து பாலியல் தொழிலாளி என்று முத்திரை குத்தப்படுதல்வரை பார்க்கமுடிகிறது.

சாதியொழுக்கத்தில் வழுவுவதாகக் கருதப்படுகிற பெண் பால் ஒழுக்கத்தில் வரம்பு மீறுபவளாகக் கருதப்படுவது சாதியாதிக்க, பால் கருத்தியல்களின் அச்சுகள் பால் வேற்றுமையை மையமாகக் கொண்டு ஒரே திசையில் சுழல்கின்றன என்பதையே காட்டுகின்றன. ஆண்–பெண் எதிர்பாலியல் விழைவை மட்டுமே நியாயப்படுத்தி அந்த அடிப்படையில் மட்டுமே

கட்டப்பட்டிருக்கின்ற இன்றைய நமது குடும்ப அமைப்பு தகர்ந்தாலொழிய, இந்த ஆண்–மையம் தகர வாய்ப்பேயில்லை.

இருள் மிகுந்திருக்கிற இத்தகைய சமூகச் சூழலில் குறைந்த பட்சமாக சாதியாதிக்கம் குறித்து பெண்களுக்கே உரித்தான அனுபவங்களைப் பதிய வேண்டிய தேவை உள்ளது. வேற்றுச் சாதி ஆணுடனான காதல், திருமணம், புகுந்தவீடு முதலிய வற்றை எதிர்கொள்ளும்போது அவர்களுக்குள் ஏற்படும் குழப்பங்களை, அவர்கள்போட வேண்டிய எதிர் நீச்சல்களை, சந்திக்க வேண்டிய போராட்டங்களை, வேறு வழியின்றி நடக்கும் பின்வாங்குதல்களை அறிந்துகொள்ள வேண்டிய தேவையும் நமக்கிருக்கிறது. இங்கே பெண்கள் என்று சொல்லு வதற்குக் காரணம் ஒவ்வொரு பெண்ணும் பால் இருப்பாக மட்டுமன்றி சாதி இருப்பாகவும் உள்ளதால் பொதுமைப் படுத்திப் பெண் அனுபவத்தைப் பேசமுடியாது என்பதால்தான். அதுவும் தலித் பெண்களைப் பொறுத்தவரை, தலித் பெண்ணியலாளர்கள் சொல்லுவதைப் போல் பெரும்பாலும் சாதி, வர்க்கம், பால் என்ற மூன்று தளங்களிலும் ஒடுக்கப்பட்டவர்கள், அந்நியப்பட்டவர்கள் அவர்கள். இவற்றையெல்லாம் கணக்கில் கொண்டு சாதியாதிக்கம் குறித்த பெண் சொல்லாடல்களை அகழ்ந்தெடுக்க வேண்டிய தேவையும் உள்ளது.

தொடர

கடைசியாக, சாதி அனுபவப் பதிவுகள் நகர வேண்டிய ஒரு திசையைச் சுட்டிக்காட்ட நினைக்கிறேன். காட்சிச் சித்திரத் தன்மையிலிருந்து இன்னும் ஆழமான ஆய்வு நூலாக மாறுவதற்கான உள்ளாற்றல் இதில் சில கட்டுரைகளில் இருக்கின்றன. இனவரைவியலை வரலாற்றை எழுதுதலோடு இணைப்பது அத்தகையதொரு உள்ளாற்றல். எடுத்துக்காட்டாக முத்தரையர் சாதியில் சாதி விலக்கத்தைப் பற்றிப் பேசுகிற சி. சந்திரனின் கட்டுரை இந்த உள்ளாற்றலோடு சரியானதொரு கேள்வியைக் கேட்கிறது: "அடுத்தவன் மனைவியை மணப்பது என்பது எப்போது சுயசாதி நீக்கத்துக்கு உரிய குற்றமானது?" ஆங்கிலேயர் ஆட்சிக்காலத்தில் தமிழகத்திலுள்ள சாதிகள் பல தம்மைச் சத்திரியராக அறிவித்துக்கொண்டதைச் சந்திரனின் கட்டுரை குறிப்பிடுகிறது. "துறையூர் வட்டத்தைப் பொறுத்தளவில் அம்பலக்காரர், முத்துராசா என்றழைக்கப்படுபவர்கள் ஒரு சாதியினரே" (116) எனக் கூறும் கட்டுரை "ஆங்கிலேயர் ஆட்சிக்காலத்தில்" (கட்டுரையில் வருடம் குறிப்பிடப்படவில்லை) முத்தரையர் ஏழு நாட்டார்களும் கூட்டம்போட்டு முடிவெடுத்ததை விவரிக்கிறது:

> சாதிகள் நாட்டார் கூட்டம் நடத்தித் தங்கள் செல்வாக்கினை நிலைநிறுத்திக்கொள்ளச் சில கட்டுப்பாடுகளை விதித்துக் கொண்டனர். முத்தரையர் நாட்டார் கூட்டம் கூட்டி ஏழு நாட்டார் எடுத்த முடிவுகள் இதனை விளக்குவனவாகக் காணப்படுகின்றன. அதில் திருடக் கூடாது, திருட்டுத்தாலி கட்டக் கூடாது, குழந்தைத் திருமணம் கூடாது, மறுமணம் கூடாது, இதர சாதியாரிடம் காவல்காரர் என்றும் காவல்பாத்தியதை என்றும் சொல்லி வருமானம் பெறக் கூடாது, மது முதலிய லாகிரி வஸ்துக்களைச் சாப்பிடக் கூடாது என ஒழுங்குபடுத்திக் கொண்டன. உற்றார் உறவின் முறையாகிய கல்யாணமாகிய ஒரு ஸ்திரியை ஒருவர் வஞ்சித்துக் கூட்டிப்போய்விட்டால் அத்துடன் அவர்கள் சுயஜாதியினின்று விலக்கப்படுவார்கள். மேற்படியார்களுக்கு யாதொரு விதமான விசாரணையும் கிடையாது என்ற தீர்மானமும் அதில் இடம்பெறுகிறது. (117)

இதே காலகட்டத்தில் முத்துராசா என்று சத்திரிய சாதியாகத் தங்களை அழைக்கவேண்டுமென்றும் முத்தரையர் அறிவித்த செய்தியும் கட்டுரையில் கிடைக்கிறது. மேலும் அம்பலக்காரர், அறுத்துக்கட்டுகிற அம்பலக்காரர் என்று இரு பிரிவுகளாக அம்பலக்காரர் சாதி இன்று மாறியிருப்பதும் சொல்லப்படுகிறது. சத்திரியர்கள் என்று அறிவித்துக்கொண்டாலும் முத்தரையர் உள்ளிட்ட சாதிகளை பிராமணர்கள் சூத்திரர்களாக ஒதுக்கியதைக் கட்டுரை சுட்டிக்காட்டுகிறது (116). ஆனால் காலனியக் காலகட்டத்தில் முத்தரையர்கள் தங்களை ஏன் சத்திரியர்களாக அடையாளப்படுத்திக் கொள்ளவேண்டும் என்கிற கேள்வி எழுகிறது. ஏன் வருண அடையாளம் இந்தக் காலகட்டத்தில் முக்கியத்துவம் பெறுகிறது என்கிற இன்றியமையாத கேள்வியை இக்கட்டுரை விரிந்த தளத்தில் எழுதப்படும்போது கேட்க வேண்டியிருக்கும்.

வரலாற்று மற்றும் மானுடவியல் சிந்தனையாளர் நிக்கலஸ் டர்க்ஸ் தன்னுடைய “மனங்களின் சாதிகள்” என்கிற நூலில் 1857இல் நடந்த முதல் சுதந்திரப்போர் அல்லது சிப்பாய்க் கலகத்துக்குப் பின்னர் ஆங்கிலேய அரசின் அரசியல் கொள்கை களிலும் அந்த அரசு மக்களை எதிர்கொண்ட விதங்களிலும் நேர்ந்த குறிப்பிடத்தக்க மாறுதல்களைப் பற்றி விரிவாக எழுது கிறார் (2001). இந்த நிகழ்வுக்குப் பிறகு ஆங்கிலேயக் காலனிய அரசு இனவரைவியல் அரசாக மாறுகிறது என்று விவரிக்கிறார் அவர். சாதிப் பகுப்பென்பது வருணத்தோடு கூடுதலாக அடையாளம் காணப்பட்டும் வருணப் படிநிலைக்குக் கூடுதல் முக்கியத்துவம் கொடுக்கப்பட்டு, கோர்வையான படிநிலை

யிலிருக்கும் அமைப்பாக, இன்றைக்கு நாம் சாதியமைப்பு என்று புரிந்துகொள்கிற அமைப்பாகச் சாதிப் பகுப்பு உருமாறியது இந்நிகழ்வுக்குப் பிறகான காலகட்டத்தில்தான் என்கிறார் டர்க்ஸ். மேலும் ஆங்கிலேயரின் ஆட்சியதிகாரத்தில்தான் சாதி என்கிற ஒற்றை வார்த்தை இந்தியாவின் பல்வேறுபட்ட சமுதாய அடையாளம், சமுதாயக் குழுமம், சமுதாய அமைப்பு போன்றவற்றை வெளிப்படுத்தக்கூடியதாக, ஒழுங்கு படுத்தக்கூடியதாக, இதற்கெல்லாம் மேலாக இவற்றை 'முறைப் படுத்தக்கூடியதாக' ஆகியது என்று டர்க்ஸ் எழுதியிருப்பது இவ்விடத்தில் சுட்டத்தகும். (Dirks 2001, 5).

1857ஆம் ஆண்டுக்குப் பின்னர் ஆங்கிலேய ஆட்சியாளர்கள் இந்தியக் காலனியக் குடிமக்களின் சமூக உறவுகளைப் பற்றி அறிந்துகொள்ள வேண்டி, அவர்களைச் சமூக வகைப்படுத்தல் செய்யும்போது சாதியை முதன்மையான, தனிப்பட்ட வகைமையாக கூறாக முன்கொண்டு வந்தார்கள், பத்தொன்பதாம் நூற்றாண்டின் பிற்பகுதியில் நடந்த சென்சஸ் கணக்கெடுப்புகள் போன்றவற்றின் மூலம் இது சாத்தியமானது என்றும் குறிப்பிடுகிறார் டர்க்ஸ். மெக்கென்சி ஆவணங்களிலிருந்து பலவற்றை டர்க்ஸ் தன் நூலில் தரவுகளாக முன்வைக்கிறார். பேராசிரியர் பெருமாள்முருகன் பதிப்பித்திருக்கிற இந்த அனுபவக் கட்டுரைகளை முன்னெடுத்துச் சாதியாதிக்கம் பற்றிய ஆழமான ஆய்வு நூல்கள் உருவாகும்போது இதுவரை தமிழ் அறிவுச்சூழலில் பெரிதாக விவாதிக்கப்படாத டர்க்ஸ் போன்ற சிந்தனையாளர்களின் கருத்தாக்கங்களையும் கணக்கிலெடுக்க வேண்டும், எதிர்கொள்ள வேண்டும்.

சாதி, சாதி மேலாண்மை குறித்து இனி வரவிருக்கும் செறிவுமிக்க ஆய்வு நூல்களுக்கு அடித்தளமாக இந்தக் கட்டுரைகள் இருக்கின்றன என்பதே இந்நூலின் ஆகப் பெரிய வலு. இது தமிழ் அறிவுலகச் சூழலுக்கு இந்நூலின் தன்னிகரற்ற பங்களிப்பு.

(காலச்சுவடு [எண் 173, மே 2014] இதழில் இக்கட்டுரை வெளிவந்தது.)

உதவிய நூல்கள்

சாதியும் நானும். தொகுப்பாசிரியர் பெருமாள்முருகன். காலச்சுவடு: நாகர்கோயில், 2013.

Dirks, Nicolas B. *Castes of Mind: Colonialism and the Making of Modern India.* Princeton: Princeton University Press, 2001

4

"கௌரவக் கொலை": மாற்றுச் சொல்லாடலுக்கான தேவை

பகுதி ஒன்று: "கௌரவக் கொலை" என்னும் மொழிப் பயன்பாடு

தமிழகத்தில் காதலுறவு, மணவுறவு சார்ந்து தலித் மக்களுக்கெதிராகத் தொடர்ந்து நடைபெற்றுக்கொண்டிருக்கும் வன்முறை மற்றும் படுகொலைகள் பற்றிய சொல்லாடல்களை இரு பகுதிகளில் விவாதிக்கிறது இக்கட்டுரை.

என்னுடைய சமூக-பண்பாட்டு இடத்தை முதலில் சொல்லவேண்டும். என்னுடைய பார்ப்பனப் பிறப்படையாளம் சாதிப் படிநிலையில் ஆக்கிரமிக்கும் "பயன்மிக்க இடம்" இரு வகையான உணர்வுகளில் என்னை ஆழ்த்துகிறது. ஒன்று, சாதிப் படிநிலையில் ஆகவுயர்ந்த இடத்தில் வைக்கப்பட்டிருக்கிற சாதி என்பதால் சாதியின் பெயரால் நடக்கும் ஒவ்வொரு வன்முறையிலும் எனக்கும் என் சாதிக்கும் பங்குண்டு என்கிற குற்ற உணர்வு. இன்னொன்று, பால் படிநிலையில் ஒடுக்கப்படுகிற இடத்தில் இருப்பதாலும் அதன் காரணமாகச் சில ஒடுக்குமுறைகளையும் அனுபவித்திருப்பதாலும் வன்முறைக்கு ஆளாகுபவர்களோடு சிறிதாவது உண்டாகும் அடையாள உணர்வு. இந்த இரண்டாவது உணர்வு பால் படிநிலையில் "தாழ்த்தி வைக்கப்பட்டிருக்கும்" பெண்ணுடையது என்றாலும் சமூகத்தில் ஆக

ஒடுக்கப்படுகிற இடத்திலிருக்கும் பட்டியலினப் பெண்ணை நான் பிரதிநிதித்துவப்படுத்த இயலாது என அறிவேன். என்ற போதும், சாதி ஒடுக்குமுறை குறித்த சொல்லாடல் களத்தில் உரையாடல் செடியை வளர்த்தெடுக்கும் போக்கில் ஒரு கைப்பிடி நீரை இக்கட்டுரை வார்க்குமென நினைக்கிறேன்.

இன்றைக்கு "கௌரவக் கொலை" என்னும் மொழிப் பயன்பாடு மாறிவருவதைப் பார்க்கிறோம். கோகுல்ராஜ் படுகொலையைக் கண்டித்து அம்பேத்கர்–பெரியார் படிப்பு வட்டம் 13 ஜூலை 2015 அன்று ஏற்பாடு செய்திருந்த கருத்தரங்கில் விடுதலைச் சிறுத்தைகள் கட்சியின் தலைவர் திரு. தொல். திருமாவளவன் "சாதி ஆணவக்கொலை" என்ற பயன்பாட்டைப் பயன்படுத்தியிருந்தார். அவர் மட்டுமல்லாமல், தொடர்ந்து இணைய தளங்களிலும் ஊடகத்திலும் "சாதி ஆணவக்கொலை" என்பது மட்டுமல்லாமல் "வறட்டு கௌரவக் கொலை" "சாதியக் கொலை" "சாதித் திமிர்க் கொலை" முதலிய பயன்பாடு களையும் ஓரிரு ஆண்டுகளாக எதிர்கொள்கிறோம். சாதியாதிக்க உணர்வை வெளிப்படுத்த மட்டுமல்லாமல், அதை மீண்டும் மீண்டும் நிறுவவும் செய்யப்படும் கொலைகளுக்கு "கௌரவ" என்கிற அடைமொழி தகாதென்பது இம்மாற்றுப் பயன்பாடுகளின் உள்ளிடை.

உலக அளவில் சிவில் சமூகம் மற்றும் ஊடகக் கவனங் களைக் கோரவும் பெறவும் "கௌரவக் கொலை" என்ற மொழிக்குறி உதவுகிறது என திரு எவிடென்ஸ் கதிர் போன்ற சில கடப்பாடுடைய களப்பணியாளர்கள் கருதுகிறார்கள். ஜூலை 8, 2015 அன்று அவர் இட்டிருந்த முகநூல் நிலைத்தகவலில் இந்த வன்முறையின்பால் சர்வதேசிய சமூகத்தைக் கவர ஒரு உத்தி இதுவென்று எழுதியிருந்தார். அவருடைய நிலைப்பாட்டை என்னால் புரிந்துகொள்ள முடிகிறது என்றபோதும் "கௌரவ" என்கிற அடைமொழியில் பிரச்சினைகள் இருக்கின்றன என்பதைக் கூற வேண்டியிருக்கிறது. சர்வதேசிய சிவில் சமூகத்தைப் பற்றிப் பேசும்போது உலக அளவில் பல்வேறு அறிஞர்கள், வரலாற்றுச் சிந்தனையாளரான உமா சக்ரவர்த்தியிலிருந்து இந்தர்பால் கிரெவல், பிரேம் சௌத்ரி, லிலா அபு–லகாட் வரை பலரும் இப்பயன்பாட்டில் உள்ளோடும் சிக்கல்களை எடுத்துரைத்திருப்பதை நாம் கவனிக்கவேண்டும்.

முதலாவதாக, "கௌரவக் கொலை" என்கிற பயன்பாடு, வன்முறையை "மற்றமைகளோடு" இணைத்துக் கட்டமைக்கிறது. ஒரு தளத்தில், மேற்காசிய மற்றும் தெற்காசியச் சமூகங்களையும் மக்கள் தொகுதியினரையும் "பகுத்தறிவற்ற," "மூடப் பழக்கங்கள்

கொண்ட," "நாகரீகத்தில் பின் தங்கிய அல்லது நாகரீகமற்ற" மற்றவர்களாக அடையாளப்படுத்துகிற வகையில் இந்தப் பயன்பாடு செயல்படுகிறது (Abu-Lughod 2013; Chakravarti 2006). குறிப்பாக இங்கிலாந்து, அமெரிக்கா, ஆஸ்திரேலியா போன்ற மேற்கு நாடுகளில் புழங்கும் சொல்லாடல்களில் இஸ்லாமியர்களைப் பழங்காலத்திய, பிற்போக்குப் பழக்க வழக்கங்களைக் கொண்டவர்களாகக் கட்டமைக்க இந்தப் பயன்பாடு உபயோகிக்கப்படுகிறது. இஸ்லாமியர்களின் மீதான வெறுப்புச் சொல்லாடலிலும் புலம்பெயர்ந்தவர்களுக்கு எதிரான சொல்லாடலிலும் இப்பயன்பாட்டைக் காண்கிறோம் (Abu-Lughod 2013; Grewal 2014). காலனியம், இனம் போன்ற வற்றில் சார்புற்றுச் செயல்படும் புவியரசியலோடு இயைந்து, "ஆணாதிக்கக்" கருத்தியல், அதுசார்ந்த வன்முறை போன்றவை மேற்கத்திய பண்பாடுகளில் இல்லாதவை போலவும் இவை மற்ற பண்பாடுகளுக்கே பொருந்துபவை என்றும் இவ்வகையில் காட்டப்படுகிறது. தாராளவாதிகளாகவும் சமத்துவத்தைக் காக்கும் நவீனர்களாகவும் மேற்கத்திய பண்பாடுகள் தம்மைக் காட்டிக்கொள்வதற்காக "ஆணாதிக்கம்" மற்ற பண்பாடுகளுக்கானது என வெளியே தள்ளும் போக்கில் இந்தச் சொல்லாடல்களுக்குப் பங்குண்டென்று விமர்சிக்கிறார் இந்தர்பால் கிரெவல் (2014). ஊடகக் காட்சிப்படுத்தலாக வலம்வரும் "கௌரவக் கொலை" என்னும் கருத்தாக்கம் எவ்வாறு உலகளாவிய கார்ப்பரேட் வலைப்பின்னல்களோடும் நிதி ஆதாயங்களோடும் நல்கை அரசியல்களோடும் நெருங்கிய தொடர்புகொண்டிருக்கிறது என்பதையும் விவரித்து விமர்சித்திருக் கிறார் அவர் (2014).

இன்னொரு தளத்தில் புவி–அரசியல், காலனியம், இனம் போன்றவைகளைத் தாண்டி உள்ளூர் அளவிலும்கூடத் "தான்" அற்ற "மற்றமைக்கே" உரித்தான குணாம்சத்தைச் சுட்டுவதாக அமைகிறது இம்மொழிப் பயன்பாடு. நம் அச்சு ஊடகங்களில் வாசகர்கள் பின்னூட்டங்களை அல்லது இணையதளப் பின்னூட்டங்களைப் பார்த்தாலே தெரியும், ஏதோ சாதி சார்ந்த "கௌரவக் கொலை" வன்முறை, நாகரீகத்தில் "பின் தங்கிய கிராமங்களில்" மட்டுமே இருப்பது போலும் நகரத்தில் சாதிப் பிரிவினையே இல்லாதது போலும் கிராமம் x நகரம் இருமையைப் பேணி எழுதுவதைப் பார்க்கலாம். பார்ப்பனர்கள், "பார்ப்பனரல்லாதவர்கள்தானே இதைச் செய்கிறார்கள், நாங்களா செய்கிறோம்" என்று "மற்ற" ஆதிக்கச் சாதிகளின் பண்பாக இவற்றைச் சொல்லிவிட்டு, சிறிதும் குற்றவுணர்வோ பொறுப்போ இல்லாமல் வசதியாக ஒதுங்கிக்கொள்வதையும்

பார்க்கிறோம். ஆக, தான், மற்றமை, இந்த இரண்டுக்கும் இடையில் நாகரீகத்தின் அடிப்படையில் படிநிலையொன்றை உருவாக்கிக்கொள்ள இப்பயன்பாடு உதவுவதாக உள்ளது.

ஒரு வன்முறைச் செயலை, குற்றத்தை ஏன் குறிப்பிட்ட பண்பாட்டில் வைத்து, பண்பாட்டுக் கூறாகப் பார்க்க வேண்டும் என்று மானுடவியல் அறிஞரான அபு-லகாட் (2013) எழுப்பும் கேள்வியும் யோசிக்கத்தக்கது. "கௌரவக் கொலை" என்கிற பெயர், சூழலில் தேவையான சட்ட திருத்தங்கள், களத்தில் காவல் துறையினர் பெறவேண்டிய பயிற்சி, பாதிக்கப் பட்டவர்களுக்கான நிவாரணம், தங்க தற்காலிக இடம் போன்றவை பெறும் வழியை எளிதாக்குகிறது; என்றாலும், வன்முறையைக் குறிப்பிட்ட பண்பாட்டுக்கே "உரித்தான" ஒன்றாக அடையாளப்படுத்தாமல் இந்த நன்மைகளை எட்ட வழியுண்டா என்று கேட்கிறார் அவர். பண்பாட்டுக்கு உரிய குணாம்சமாக இத்தகைய வன்முறையைப் பேசும்போது அது பகைமையையும் வன்முறையையும் இன்னும் அதிகரிக்கும்; பெண்களுக்கும் இதனால் பாதுகாப்பில்லை என்பது அவர் கருத்து.

தலித் சுயமரியாதையை நிலைநிறுத்தும் அண்ணல் அம்பேத்கரின் புரட்சிகர அரசியலோடு மகாத்மா காந்தியின் "ஒருங்கிணைக்கும்" அணுகுமுறையைச் சேர்க்கவேண்டிய தேவையை எடுத்துரைக்கும் சிந்தனையாளர் டி.ஆர். நாகராஜ் காந்தியின் கருத்தைச் சுட்டி முன்வைப்பது இதன் தொடர்பில் யோசிக்கத்தக்கது. "தலித்" சமூகமும் சாதி இந்துச் சமூகமும் ஒன்றோடொன்று பின்னிப்பிணைந்திருக்கும் காரணத்தால், சாதி இந்துச் சமூகத்தின் மூளையிலிருந்தும் இதயத்திலிருந்தும் தீண்டாமை எனும் கருத்தாக்கம் மறைய வேண்டுமானால், மற்றமை, அதாவது சாதி இந்துச் சமூகம், மாறவேண்டும் என்று எழுதுகிறார் அவர். "மற்றமையோடு தொடர்ந்த, ஆழமான உரையாடல்கள் இன்றித் தீண்டாமையை ஒழிக்கும் எம்முயற்சி யும் பயன்தராது. மற்றமையைப் பற்றிக்கொண்டு, அதனோடு ஒருமித்த நிலையில் போராடுவதன் மூலமாக மட்டுமே மாற்றத்தைக் கொண்டுவர முடியும். இது காந்திய அணுகுமுறை" எனத் தொடர்ந்து எழுதுகிறார் நாகராஜ் (2010). நாகராஜ் கூறுவதுபோலச் சாதி வன்முறைக்குத் தீர்வு காணும் வகையில் ஆதிக்கச் சாதி மற்றமையோடு தொடர்ந்த உரையாடல்களின் வழி போராடுதல் அவசியமானது என்று நினைக்கிறேன். வன்முறை குணாம்சத்தைக் குறிப்பிட்ட சமூகத்தினரின் பண்பாடாகச் சாரப்படுத்திப் பேசும்போது பயன் தரும் வகையில் அமையும் உரையாடல்களின் வழிகள் அடைபடக்கூடுமோ என்றும் ஐயம் ஏற்படுகிறது.

இரண்டாவதாக, "கௌரவக் கொலை" என்பதிலிருக்கும் "கௌரவம்" வன்முறையாளர்களைப் பிரதிநிதித்துவப்படுத்துவதாக இருக்கிறதே அல்லாமல் வன்முறைக்கு இலக்காகுபவர்களை அல்ல. நான் அறிகிறவரை கொங்குப் பகுதியில் இந்தப் பயன்பாட்டை ஆதிக்கச்சாதியினரும் பயன்படுத்துவதாகத் தெரியவில்லை. என்றாலும் கௌரவம் என்கிற உணர்வு அவர்களோடான உரையாடல்களில் கோடிட்டுக் காட்டப்படுகிறது. இவ்விடத்தில் தான் கௌரவம் என்பது யாருடைய கௌரவம், அதன் வரையறை என்னவென்பது போன்ற விசாரணைகளும் முக்கியமாகின்றன. சிலநாட்களுக்கு முன் கொங்குப் பகுதிக்குச் சென்றிருந்தபோது சாதி கடந்த திருமணத்தையும் காதலையும் பற்றிய உரையாடல்களில் கௌரவம் பேச்சுப் பொருளாக வந்தது. "கவுண்டர்களுக்கு ஜீன்களிலேயே கௌரவமிருக்குங்க, அதை எப்படிங்க விடமுடியும்? எங்களை எசமான்ங்க, அரண்மனை ராசாங்க என்று கூப்பிட்டுக்கிட்டு இருந்தவங்க . . . அப்படியிருந்தவங்களோட மணவுறவுனா அது எப்படிங்க" என்று "ஆதங்கத்தோடு" வினவினார் மித்ரன் என்கிற அரசு ஊழியர். கௌரவம் பற்றிப் பேச்சு வரும்போது அது "வாழ்க்கைத்தரம்" என்று சொல்லிய திருச்செங்கோடு பகுதியைச் சார்ந்த ஒரு பத்திரிகை நிருபர், கூடவே "வழிவழியா வருகிற முறை," "முன்னோர்கள் சொன்ன முறை" என்று சாதிப் பிரிவினை "மரபையும்" சுட்டத் தவறவில்லை. அப்போது கூடவே இருந்த அண்மைப்பகுதி ஒன்றின் அதிமுக ஊராட்சி மன்றத் தலைவர் ஒருவர், "இல்லாட்டி எதுக்குங்க அன்னிக்கே சாதி சாதியா பிரிச்சி வச்சாங்க?" என்று உடனே உரையாடலில் பங்குகொண்டு பதில் கேள்வி கேட்டார். (இவர்கள் அனைவரும் கவுண்டர் சாதியினர். அவர்கள் கேட்டுக்கொண்டதற்கிணங்க பெயர்கள் தரப்படவில்லை). "வாழ்க்கைத் தரம் பற்றிக் கூறுகிறீர்களே, இப்போது இறந்த கோகுல்ராஜ் நன்கு படித்தவர்தானே, பி.இ. படித்திருக்கிறாரே" என்று நான் கூறியபோது உடனடியாக "இல்ல, நீங்க நினைக்கற அளவுக்கெல்லாம் நல்லவரில்லீங்க, அவர் அஞ்சாறு அரியர்ஸ் வைத்திருந்தார்" என்று பதில் வந்தது.

பட்டியல் பிரிவினரோடு சாதி கடந்த திருமணம் பற்றி ஈரோடு அருகே வெள்ளக் கோயிலில் கவுண்டர் சாதியைச் சார்ந்த சிலரோடு பேசிக்கொண்டிருந்தபோது, அவ்வுரையாடலிலும் ஜீன்கள் முக்கியத்துவம் பெற்றன. "ஒவ்வொரு சாதிக்கும் ஒரு ஜீன் உண்டு, ஏன் செட்டியார்கள் குறிப்பிட்ட ரத்தப் பிரிவினரோடு சம்பந்தம் வைத்துக்கொள்வதில்லை என்றால் இதனால்தான்" என்று கூறினார் விவசாயத் தொழிலில் ஈடுபடுகிற ராம்குமார். "செட்டியார் வியாபாரம் செய்ய முடியும், கவுண்டர் செய்ய

முடியுமா? முடியாது" என்று அடித்துப் பேசினார் அர்ஜுனன் என்கிற இன்னொரு விவசாயி. ஆனால், "பட்டியலின மக்களோடு திருமணத்துக்கான மனத்தடை ஏன் இருக்கிறது? ஏன் இத்தனை வன்முறை" என்ற கேள்விக்கு அர்ஜுனன் "நீங்கள் கிராமத்தில் அவங்க வீடுகளைப் பாத்திருக்கீங்களா? மிக எளிமையா இருக்குங்க. அந்த வாழ்க்கை முறை நம்ம பெண்களுக்கு சரிவராதுங்க. ஸ்கூல் போறதுக்கே கார்ல கொண்டுவிடறோம், அழைச்சிக்கிட்டு வரோம். பண வசதியில்லாம சரிவராதுங்க அவங்களுக்கு. நாளைக்கு பால்பவுடர் வாங்க காசிருக்காது. இப்ப கூட சுத்தறது அப்ப உதவுமா" என்று பதில் தந்தார். "கவுண்டர் ஆண்கள்கூட இந்தச் சமூகத்தில் பெண்கள் அருகிவிட்ட காரணத்தால வெளியூர்களுக்கோ மலைக்கோ போய் சாதி கேட்காமலோ, தலித் பெண்களையோகூட மணம்செய்து கூட்டிக்கொண்டு வரமுடிகிறது. ஆனால் ஒரு கவுண்டர் பெண் ஒரு தலித்தைத் திருமணம் செய்தால் கௌரவக் குறைச்சலாகத்தான் பாக்கறாங்க" என்று நிலைமையைப் பகிர்ந்துகொண்டார் திருச்செங்கோட்டில் ஒரு படித்த கவுண்டர் சாதிப் பெண்.

இந்த உரையாடல்களை இங்கே நான் குறிப்பிடுவது ஒன்றைச் சுட்டிச் செல்லத்தான். வெள்ளக்கோவிலைச் சேர்ந்த நண்பர் மைதிலி தெளிவாகச் சொன்னதைப்போல கௌரவம் என்பது "சாதி கௌரவம்"தான், ஆதிக்கச் சாதிகளுக்கே காலம்காலமாக இருக்கிற தாங்கள் உயர்ந்தவர்கள் என்கிற பெருமிதம்தான், இதில் ஐயமேயில்லை. ஆனால், கௌரவத்தைப் பற்றிய சொல்லாடல்களில் பொருளாதாரம், வாழ்க்கைத் தரம் போன்றவையெல்லாம் சாதி அந்தஸ்தோடு இணை வைத்துப் பேசப்படுவதைக் கவனிக்கவேண்டும். சாதிப் படிநிலையில் ஒருவர் உயர்ந்திருந்தால் வாழ்க்கைத் தரம் உயர்ந்திருக்கும் என்கிற அனுமானத்தின், விழைவின் எதிர்ப் புள்ளிதான் (counter point), பட்டியல் பிரிவைச் சார்ந்த ஒருவர் நன்கு படித்திருக்க முடியும், அவர் நல்ல வசதியான வாழ்க்கையில் இருக்கமுடியும் என்பதை ஏற்றுக்கொள்ள முடியாதிருப்பது அல்லது ஏற்க மறுப்பது. இந்த எதிர்ப்புள்ளிதான் பட்டியல் பிரிவினர் நல்ல படிப்பு வேலை போன்ற வாழ்வாதாராங்களிலும், மாடிவீடு, ஊர்திகள் போன்ற வசதிகளிலும் சமமாகவோ அல்லது உயர்ந்தோ இருக்கிறபோது அவர்கள்மீது ஆதிக்கச் சாதி வன்மம் ஆழக் கால்கொள்ளும் புள்ளி.

"கௌரவம்" என்கிற சொல்லைப் பட்டியலினத்து மக்கள் எதிர்கொள்ளும் வன்முறை குறித்த சொல்லாடல்களில் அப்படியே பயன்படுத்துகிறபோது, அந்தச் சொல்லுக்கு ஆதிக்கச் சாதியின் பொருட்கோடல்களிலிருக்கும் இந்த அனுமானம்,

விழைவு போன்றவையெல்லாம்கூட வெளிப்படுவதில்லை, 'உயர் சாதி, ஆகவே அவர்களின் கௌரவம்' என்பதுபோல கௌரவம் இயல்பு சார்ந்த வழிச் சொல்போல ஒற்றைப் பரிமாண அர்த்தத்தில் வெளிப்படுகிறது. முக்கியமாக, கௌரவம் என்கிற அடைமொழியைக் குறிப்பிட்ட சமூகத்தினரின் உணர்வுக்குத் தரும்போது அது மற்ற யார் யாருக்கு அதேநேரத்தில் மறுக்கப்படு கிறது என்பதைப் பற்றிய கவனம் அவசியம். வன்முறைச் செயல்களுக்கு அவற்றை முன்னெடுப்பவர்களின் நோக்கிலிருந்து அடைமொழி தருகிறபோது அவற்றால் பாதிக்கப்பட்டு அவற்றை எதிர்த்து நிற்கும் பெண்களாகட்டும், பட்டியல் பிரிவினராகட்டும் அந்த அடைமொழிக்கு வெளியே நிறுத்தப்படுகிறார்கள். அல்லது இப்படி அடைமொழிக்கு வெளியே அவர்கள் நிறுத்தி வைக்கப்படுவதன் மூலம் ஆதிக்கச் சாதி ஆணின் கௌரவம் தொடர்ந்து உறுதிப்படுத்தப்படுகிறது. சொல்லப்போனால் ஆதிக்கச் சாதியினரால் கையகப்படுத்தப்பட்டிருக்கும் "கௌரவத்தை" சாதி எதேச்சதிகாரத்துக்கு எதிரான பிரயோக மாக, ஒடுக்கப்பட்டவர்களுக்கு உரிமையான பயன்பாடாக மீட்டெடுப்பது முக்கியம். இதை எழுதும்போது "சாதி வன்முறைக்கெதிராக ஒடுக்கப்பட்டவர்களின் கௌரவ இயக்கம்," "சாதி எதிர்ப்புக் கௌரவப் பேரணி" போன்ற சொற்றொடர்கள் மனதிலோடுகின்றன.

மூன்றாவதாக, "கௌரவம்" குறிப்பிட்ட சாதியினரின் உணர்வை (*sentiment*) அடிக்கோடிட்டு உரைப்பதாக இருக்கிறது. இந்தவுணர்வு காலங்காலமாக வரும் மாறாத ஒன்றாகவும் சுட்டப்படுகிறது. இப்படி உணர்வை மையப்படுத்துவதால் வன்முறையின் வேறுசில இன்றியமையாத இயக்கங்களை, பரிமாணங்களைத் தவறவிடுகிறோமோ என்று சந்தேகம் எழுகிறது. ("கௌரவத்துக்கு" மாற்றாக உபயோகப்படுத்தப்படும் "சாதி ஆணவம்" போன்ற உணர்வு சார்ந்த பயன்பாட்டிலும் இந்தச் சிக்கல் உள்ளது.) உணர்வுக்கு அதிக அழுத்தம் தருகிறபோது, பொருண்மையான பொருளாதார உறவுகள், அரசியல் கருத்தியல்களின், கட்சிகளின் தாக்கங்கள், கட்சிகள் செய்யும் கட்டைப் பஞ்சாயத்துகள், அவற்றுக்கு வன்முறை யால் கிடைக்கக்கூடிய விளம்பரம், அரசியல் ஆதாயம், படிப்படியாகவேனும் மாற்றம் கண்டுவரும் பால் உறவுகள், பால் அதிகாரம், உலகமயமான நவீனத்தின் தொழில்ரீதியான தாக்கம் போன்ற தொடர்புற்ற பலவும் போதிய கவனத்தைப் பெறுவதில்லை. முக்கியமாக, பட்டியல் பிரிவினரோடு பிற பிரிவினர் செய்துகொள்ளும் சாதி கடந்த திருமணத்துக்கு எதிராக வன்முறை தொடர்வதில், வலுப்படுவதில் காவல்துறை,

நீதிமன்றம், சட்டமன்றம் உள்ளிட்ட நவீன அரசு நிறுவனங்களின் பங்கு அல்லது அவற்றுக்கிருக்க வேண்டிய பொறுப்பு ஆகியவையெல்லாம் ஊடகம் உள்ளிட்ட பொதுவெளிகளில் பெரிதாக விவாதிக்கப் படுவதில்லை. உணர்வுக்குத் தரப்பட்டிருக்கிற ஒளிவட்ட முக்கியத்துவத்தில் இவையெல்லாம் மங்கிப்போய்விடுகின்றன.

மேலும் மணமான பெண்களின் சொத்துரிமை குறித்துப் பரவியிருக்கும் விழிப்புணர்வு சாதி கடந்த திருமணத்துக்கான எதிர்ப்பை வலுப்படுத்தியிருக்கிறதா என்பதும் விரிவாக ஆராயப்பட வேண்டியதாக உள்ளது. 1989ஆம் ஆண்டின் இந்து வாரிசுரிமைச் சட்டத்தின்படி (தமிழக அரசின் திருத்தச் சட்டம்) திருமணமான பெண்களுக்கும் பரம்பரைச் சொத்தில் சமமான பங்குரிமை ஏற்படுத்தப்பட்டிருக்கிறது. என்றாலும் நடைமுறையில் பெண்ணுக்குச் சொத்தில் சமமான பங்கு கிடைப்பது அத்தி பூப்பது போலத்தான். "நூறு ஏக்கர் தோட்டமிருந்தாலும் ஆண்கள்தான் அனுபவிக்கிறாங்க; சகோதரிகளுக்குப் பேருக்கு ஒன்றிரண்டு கொடுப்பாங்க. மற்றபடி சீர் செய்ததாகச் சொல்லிடுவாங்க," என்று என்னிடம் கூறினார் ஈரோட்டில் கவுண்டர் சாதிப் பெண் ஒருவர். அவரைப் போல் வேறு சில பெண்களும் "சொத்தில் சம உரிமை கேட்கறதா? அதெல்லாம் கேட்டா பொறந்த வீட்டில் ஒதுக்கி வச்சிருவாங்க" என்று வருத்தப்பட்டார்கள். கொங்குநாட்டில் ஆதிக்கச் சாதிகளில் திருமணத்தின்போதே "எழுதி வாங்குதல்" என்ற ஒரு வழக்கம் நிலவி வருவதாகக் கொங்குப் பகுதியின் பள்ளி ஆசிரியர் ஒருவர் என்னிடம் தெரிவித்தார். "சொத்தில் உரிமை கேட்கமாட்டேன்" என்று பெண்ணிடம் அவள் திருமணத்தின்போது பிறந்த வீட்டார் பத்திரம் எழுதி வாங்குவது இப்போது பெரிதும் வழக்கத்திலிருக்கிறது என்று அவர் கூறினார். இத்தகையதொரு கடும் பாலினப் பாகுபாட்டுச் சூழலில் வீட்டுக்குத் தெரியாமல் நடக்கும் எந்த ஒரு திருமணமும் பெண்வீட்டில் சொத்து ரீதியான "பதற்றத்தை" ஏற்படுத்தக்கூடியதே. அதுவும் குறிப்பாகப் பட்டியல் பிரிவினரோடு திருமணம் என்னும்போது தங்கள் குடும்பத்தில் பிறந்த ஒரு பெண் மூலமாகச் சொத்து அவரிடம் சென்றுவிடக்கூடும் என்பது சாதி அதிகாரப் பிடிமானத்துக்கு விடப்படுகிற பெரும் சவாலாக உணரப்படுகிறது.

பெண்கள் தங்களது நியாயமான சம சொத்துரிமைக் குரலை எழும்பும் முன்பே இப்படி முடக்கப்படுகிறார்கள். தவிர, பொதுவாகவே சாதி கடந்த திருமணத்துக்கு எதிரான "கௌரவக் கொலை" உள்ளிட்ட சொல்லாடல்களில் பெண்கள் சாதி அடையாளத்துக்குள்ளும் அதைத் தாண்டியும் மௌனமாக்கப்

படுவதும் நடக்கிறது. குடும்பத்திலிருந்தும் சாதியிலிருந்தும் கிளைக்கும் வன்முறையானது பெண் தன்னிலையை எப்படிக் கட்டமைக்கிறது என்பதும் ஆழ்ந்து சிந்திக்கப்பட வேண்டியது.

பகுதி இரண்டு: சாதி, சமயச் சொல்லாடல்களின் ஊடே பால் தன்னிலைகளின் கட்டமைப்பு

புராணம்

மாரியம்மன் அவ புருஷனைத் தின்னுட்டு மெரமனைக்குப் போனாங்க. மெரமனைனா என்னனு தெரியுமா? அதாங்க சத்தாபரணம் (சேலம் பகுதியில் மாரியம்மன் திருவிழா இறுதிப்பகுதியில் நடக்கும் அம்மனின் ஊர்வலம் இது). ஏன் அப்படி சொல்றாங்கனு தெரியுமா? மாரியம்மன் கவுண்டர் சாதியில் பிறந்தவ. அவ சிறு குழந்தையா இருந்தப்பவே அம்மா, அப்பா இறந்துட்டாங்க. ஒரு பறையர் அவளை எடுத்து வளத்தாரு. அவ வளர்றா. அவளை வேற யாருக்கும் கல்யாணம் செஞ்சி கொடுக்க அவருக்கு விருப்பமில்ல. தானே அவளுக்குத் தாலி கட்டினாரு. அவளுக்காக வீடு கட்டினாரு பொருளெல்லாம் வாங்கித் தந்தாரு . . . கல்யாணத்தன்னிக்கு சாயந்திரம் அந்தப் பொண்ணு சமைக்கலாம்னு நினைச்சா. அப்ப இருட்டாயிட்டிருந்தது. தன் புருஷன்கிட்ட,“நீ எனக்கு எவ்வளவோ வாங்கித் தந்தே. ஆனா வீடு நெறஞ்சத வாங்கித்தரலே” அப்படினா. உடனே அவர் வெளிலே போயி ஒரு வண்டி நெறய வைக்கோல் வாங்கிக்கிட்டு வந்தாரு. வீட்டை நெரப்பினாரு வைக்கோலால. மாரியம்மன் “நீ வைக்கோல் வாங்கிக் கொண்டுட்டு வந்தே, வீடை என்ன நெரப்பும்னு நான் உனக்குக் காட்டறேன்” அப்படின்னா. சொன்னவுடனே அவ தீபம் கொளுத்தினா. வீடு நெரம்ப வெளிச்சம். கோவத்தில, அந்த வௌக்கை எண்ணெயோடு அப்படியே அவரு தலையில கவிழ்த்தா. அவரு உடம்பு நெரம்ப அம்மைக் கொப்புளம். சூடு தாங்கலை அவருக்கு. எரியுது எரியுதுனு கத்தராரு. அப்படியே கெணத்துல போயி விழுந்தாரு. அப்ப அவ சொன்னா: “போறதுதான் போறே. நான் சுமங்கலியா இருக்கணும். என் தாலிக்காக ஒவ்வொரு வருஷமும் பதினஞ்சி நாள் என் திருவிழாவப்ப வந்துட்டு போ.” பதினஞ்சி நாள் மாரியம்மன் திருவிழாவில வைக்கிற கம்பம் அவருதான். மாரியம்மன் புருஷன் அவரு. திருவிழா முடிவில கம்பத்தைத் தண்ணில விட்டுருவோம். (சேலத்தில் ஆகஸ்ட் 2005இல் ஒரு கவுண்டர் சாதிப் பெண்ணிடம் சேகரித்த புராணம்/சரித்திரம்)

உரையாடல்: ரூபா (பெயர் மாற்றப்பட்டுள்ளது), பொறியாளர், கவுண்டர் சாதி, திருச்செங்கோடு (ஆகஸ்ட் 2015, இரண்டாம் வாரம்)

> ‘அந்த ஊரு பொண்ணு பாரு, இப்படி பண்ணிட்டா. ஓடிப்போயி எஸ்.சி. பையனைக் கல்யாணம் பண்ணிட்டா. வெட்டிப் போடணும்” ரிலேடிவ்ஸ் மத்தியில இப்படிப் பேசுவாங்க. நாம இருக்கறப்பவே நம்ம காதில விழறாப்பல இதைப் பேசுவாங்க.’
>
> ‘அப்ப கொஞ்சம் பயமாத்தான் இருக்குமில்லையா? ஒரு அழகான தலித் பையனைப் பார்த்தாகூட காதலிக்க பயம் வருமில்லையா?’
>
> ‘பயமாத்தாங்க இருக்கும். ஊர் அப்படித்தாங்க இருக்கு.’

சாதிகடந்த திருமண/ காதலுறவுச் சொல்லாடல்களில் தலித் ஆண்கள், மற்றும் ஆதிக்கச்சாதிப் பெண்கள் எவ்வாறு இடம்பெறுகிறார்கள், அவர்களின் தன்னிலைகள் எவ்வாறு கட்டமைக்கப்படுகின்றன என்பதை அணுகும் வகையில் மாரியம்மன் புராணத்தைக் குறிப்பிடக் காரணமுண்டு. மேலே நான் குறிப்பிட்டிருக்கும் மாரியம்மன் புராணம் மேலே சுட்டிய வடிவத்திலும் சற்று மாறுபட்ட வடிவங்களிலும் கொங்குப் பகுதிகளில் பரவலாக நிலவுகிறது. கணவனைத் “தின்ற” அல்லது கொன்ற மாரியம்மனுடைய திருவிழா முடிகிற தறுவாயில் ஒரு இரவு நடக்கும் சடங்கில் மாரியம்மன் கோயில் வாசலில் நிறுத்தப்பட்டிருக்கும் பால்மரத்தினாலான முக்கலைக் கம்பத்தைத் தண்ணீரில், பொதுவாகக் கிணற்றில், விடுவார்கள். அந்த நிகழ்வுக்குப்பின் மாங்கலியம் நீக்கி, வெள்ளைச்சேலை அணிந்து, விதவைக்கோலம் பூணுவாள் அம்மன். அடுத்த நாள் அதை நீக்கி நித்திய சுமங்கலியாக அவள் காட்சி தருவது வழக்கம். அந்த ஒருநாளுக்குப் பின் மாரியம்மன் மஞ்சள் குங்குமத்தோடு மீண்டும் சுமங்கலிக்கோலம் கொள்வாள். அதன்பின், சத்தாபரண ஊர்வலம், அதாவது அம்மன் ஊர்பவனி வருதல், மஞ்சள் நீராட்டுவிழா போன்ற நிகழ்ச்சிகள் தொடரும். சில பகுதிகளில் கிடைத்த புராணங்களில் மாரியம்மனின் கணவரான பட்டியலினத்தவர் அவளை வளர்த்தவராக அடையாளப்படுவதில்லை. வேறு சில பகுதிகளில் மாரியம்மனின் கணவராக ஈசுவரன் (அல்லது சிவன்) சொல்லப்படுகிறார். இப்புராணங்களை என் முனைவர் பட்ட ஆய்வேட்டில் (2009) விவாதித்திருக்கிறேன். சுடலையில் வசிக்கும், உடுக்கடிக்கும், மிருகத் தோலாடை உடுத்தும், புராணங்களில் வைதீக

மரபுகளுக்கு எதிர் நிலை எடுக்கும் சிவனும் பட்டியலினத்தவரும் புராணத்தின் மாறுபட்ட வடிவங்களில் ஒருவரையொருவர் பதிலீடு செய்துகொள்வதும் புரிந்துகொள்ளத்தக்கது.

மாரியம்மன் புராணத்தின் மாறுபட்ட வடிவங்களைப் பற்றிய வாசிப்பு தன்னளவிலேயே முக்கியமானது என்றாலும் இக்கட்டுரையின் நோக்கம் அதுவல்ல. புனைவெனக் கருதப்படும் புராணம், நிஜமென அர்த்தப்படுத்தப்படும் சரித்திரம் ஆகியவற்றுக்கிடையிலான இடைவெளி குறுகியும் தெளிவற்றும் இருப்பதாலும், பெரும்பாலும் சரித்திரம் என்றே இத்தகைய புராணங்கள் மக்களால் வழங்கப்பட்டு வருவதாலும் புராணத்திலிருந்து தொடங்கினேன். புராணமும் சரித்திரமும் ஒன்றுக்கொன்று தகவல்களைத் தருபவை, ஒன்றையொன்று வடிவமைத்துக்கொள்பவை என்பவை மட்டுமல்ல; சரித்திரங்களோடு புராணங்களும் இன்றைய யதார்த்தத்தைப் புரிந்துகொள்வதற்கு முக்கியமானவை. அவையிரண்டும் "ஒத்த அறிவுவகைச் செயல்பாடுகள்", "சென்ற காலத்தைப் பற்றிய, இன்றைக்கும் ஒரு பண்பாட்டு மரபால் உணரக்கூடிய, அர்த்தப்பூர்வமான அனுபவத் தொகுப்புகள்", "இன்றைக்கும் பொருந்தக்கூடிய குறியீடுகள்" *(Gossen 1977)* என்பதை மனதில்கொள்ள வேண்டும்.

கொங்குநாட்டில் பரவியிருக்கும் மாரியம்மனின் இந்தப் புராணம் யதார்த்தத்தில் இன்றைக்கும் அங்கே தலித் ஆண்கள் ஆதிக்கச் சாதி பெண்களோடு சாதி கடந்த திருமண/காதலுறவில் சந்திக்கும் வன்முறையைப் பிரதிநிதித்துவப்படுத்துவதாக உள்ளது. வெளிப்படையாகத் தெரிகிற வன்முறை மட்டு மல்ல யதார்த்தத்துக்கும் புராணத்துக்குமான தொடர்பு. புராணத்தில் பெண்ணின் தன்னிலைக்கும் அதன் இணையாகப் பட்டியலினத்தவரின் தன்னிலை வடிவமைக்கப்படும் விதங்களுக்கும் இன்றைக்குத் தமிழ்ச் சூழலில் சாதி கடந்த திருமண/காதலுறவு குறித்த சொல்லாடல்களில் இந்தத் தன்னிலைகள் கட்டப்படுகிற விதத்துக்கும் ஒப்புமை என்று சொல்ல முடியாவிட்டாலும் சொல்லாடல் தொடர்ச்சி உள்ளது.

புராணத்தில் சாதிகள் சுட்டப்பட்டாலும் வன்முறையை நியாயப்படுத்தும் வகையில் சாதியைத் தாண்டிய காரணங்கள் உள்ளிடையாகச் சொல்லப்படுகின்றன. ஆண் தான் வளர்த்த பெண்ணை அடுத்தவருக்குக் கட்டித்தராமல் தானே மணந்துகொண்டவர் என்று கூறப்படுவதால் பேராசையும் முறைகேடான குணநலனும் அவர் தன்னிலை உருவாக்கத்தில் பங்குவகிக்கின்றன. தலித் இளைஞர்கள் குறித்து 'நாடகக்காதல்

செய்து பணம் பறிப்பவர்கள்', 'தலித் இளைஞர்கள் ஜீன்ஸ், கூலிங் கிளாஸ், டி–ஷர்ட் அணிந்து உயர்சாதிப் பெண்களை மயக்கிவிடுகிறார்கள்' என்றெல்லாம் பாமக தலைவர் ராமதாஸ் போன்றவர்கள் பரப்பிய கருத்துகளை இவ்விடத்தில் இணைத்துப் பார்க்கலாம்.

அதேபோல ஓமலூரைச் சார்ந்த கோகுல்ராஜ் படுகொலைக்குப் பின் கொங்குப் பகுதியில் உரையாடிக் கொண்டிருந்தபோது என்னிடம் பேசிய நிருபர் ஒருவர் கோகுல்ராஜ் பற்றிய செய்திகளென்று சில வதந்திகளைக் கூறினார் (அவர் கேட்டுக்கொண்டதற்கிணங்கப் பெயரைத் தவிர்க்கிறேன்). "கோகுல்ராஜுடன் திருச்செங்கோட்டுக் கோயிலுக்குச் சென்ற சுவாதி என்ற பெண்ணுடன் மட்டுமல்ல, வேறு சில உறவுகளும் அவருக்குண்டு" என்றவரிடம் "எப்படி அவ்வாறு சொல்கிறீர்கள்?" என்று கேட்டதற்கு "கேம் சென்டர் வைத்திருந்தார். அவர் செல் தொலைபேசியில் மூன்று நான்கு பெண்களின் எண்கள் இருந்தன. ஏற்கெனவே சில காதல்கள் அவருக்குண்டு" என்று பதில் தந்தார். தொலைபேசியில் பெண்களின் எண்கள் இருப்பது ஒரு விஷயமா என்றதற்கு, "அப்படியில்லை, அவர் இந்தப் பெண்களோடு ரொம்ப நேரம், மணிக்கணக்கா பேசியிருக்கிறார்" என்றார். எங்கிருந்து இத்தகவல்கள் கிடைத்தன எனக் கேட்டதற்கு சில திருச்செங்கோட்டு நாளிதழ்களில் வெளியாயின என்றார் முதலில். பின்னர் தன்னிடம் காவல் துறையினர் தெரிவித்ததாகக் கூறினார். எனக்குத் தெரிந்து எந்த நாளிதழிலும் இவையெல்லாம் வெளியானதாகத் தெரிய வில்லை. ஆனால் கோகுல்ராஜ் பற்றி இத்தகைய ஆதாரப் பூர்வமற்ற வதந்திகள் திருச்செங்கோட்டில் உலவுகின்றன என்பதற்கு இந்த உரையாடல் ஒரு சான்று. "கோகுல்ராஜ் நன்றாகப் படிப்பவரில்லை, ஐந்தாறு அரியர்ஸ் வைத்திருந்தார்" என்று இக்கட்டுரையில் மேற்கோள் காட்டியிருந்ததோடு இவற்றையும் இணைத்து வாசிக்கலாம். இந்த வதந்திகளின் இயங்கியல் என்னவென்று தெரிந்துகொள்ளலாம்.

ஆதிக்கச் சாதிச் சொல்லாடல்களில் புராணத்தின் தொடர்ச்சியாக தலித் இளைஞர்களின் தன்னிலைகள் இவ்வாறே அறிவின்மை, பேராசை, குணக்கேடு போன்றவற்றின் அடிப்படையில் தொடர்ந்து கட்டமைக்கப்படுகின்றன. சொல்லப் போனால் இத்தகைய சொல்லாடல்களில், திருமணத்தில்/ காதலில் சாதிக் கடப்பு வெளிப்படையாக விமர்சிக்கப்படுவ தில்லை. சாதியின் 'கௌரவம்' சாதிப் படிநிலையின் அடிப்படையில் நேரடியாக விதந்தோதப்படுவதில்லை. மாறாகச் சமூகத்தில் வெறுக்கப்படும் சில கீழான, வேண்டாத குணாம்சங்களின்

தொகுப்பின் மீது 'மற்றமையாகக்' கருதப்படும் பட்டியலினச் சாதியின் அடையாளம் ஆவியைப் போல இறக்கப்படுகிறது.

ஆதிக்கச்சாதி வானவில் கூட்டணி மாநாடுகளில் மட்டுமன்றி சாதி, சாதிக்கட்சித் தலைவர்களின் நேர்காணல்கள், இணையப் பதிவுகள், முகநூல் பகிர்வுகள் என்றெல்லாம் இவ்வாறு கட்டமைக்கப்படுகிற தன்னிலைகள் பொதுவெளிப் பிரதிநிதித்துவம் பெறுகின்றன. சாதி கடந்த காதல்/மணவுறவின் காரணத்தால் கொலை செய்யப்படும், துன்புறுத்தப்படும் தலித் இளைஞர்களின் இரத்தம் இந்தத் தன்னிலைகளின் மேல் சிந்தி இவற்றைக் குலைக்கப் பார்க்கின்றன. இந்தத் தன்னிலைகளின் கருத்தியல் கட்டமைப்பை அம்பலப்படுத்துகின்றன, என்றாலும், பொதுவெளிச் சொல்லாடல்களில் மேலாண்மை பெற்றே இருக்கின்றன இந்தத் தன்னிலைகளின் கட்டமைப்பு.

எவ்வாறு 'குணநலக் கேடு' என்பது ஆதிக்கச் சாதிச் சொல்லாடல்களில் தலித் இளைஞர்களின் தன்னிலைக் கட்டமைப்பில் செயல்படுகிறதோ, அதேபோல 'வளர்ப்புச் சீர்கேடு' இந்த இளைஞர்களைத் துணையாகத் தேர்ந்தெடுக்கும் பெண் களின் தன்னிலைக் கட்டமைப்பில் பங்காற்றுகிறது. கொங்குப் பகுதியில், திருச்செங்கோடு, வெள்ளக்கோவில் பகுதிகளில் சாதி கடந்த திருமணம் குறித்த உரையாடல்களில் குடும்ப 'வளர்ப்பு' பலமுறை குறிப்பிடப்பட்டது. "இருபது வருஷம் பெண்ணை வளர்த்தவங்களுக்கு கல்யாணம் செஞ்சிதரத் தெரியாதா? காத்திருக்க முடியாதா" என்று கோபத்தோடு வினவினார் வெள்ளக்கோயிலில் அர்ஜுனன் என்கிற தீரன் சின்னமலைப் பேரவை உறுப்பினர். ஒரு பெண் சாதி கடந்து திருமணம் செய்யும்போது "வளர்ப்பு சரியில்லைனு சொல்லிடுவாங்க" என்று பெற்றோரைக் குற்றஞ்காட்டிவிடுவார்கள். பெற்றோரையும் கோயில் திருவிழா போன்ற விசேஷங்களிலிருந்து ஒதுக்கி வைத்துவிடுவார்கள் என்ற அச்சம் கவுண்டர்கள் மத்தியில் இருப்பதை வெள்ளக்கோயிலில் என்னோடு பேசிய பெண்கள் பகிர்ந்துகொண்டார்கள்.

மாரியம்மன் புராணத்தில் தாய் தந்தை அற்றவர் என்று மாரியம்மன் சொல்லப்படும்போது பெண்களுக்கு இருக்கவேண்டிய 'வளர்ப்பு' அமையப்பெறாதவர் என்பது குறைபோலச் சுட்டப்படுகிறது. பட்டியல் பிரிவைச் சேர்ந்தவர் கணவரானது அதனால்தானோ என்பதுபோல ஒரு குறிப்பு அதில் உள்ளது. யதார்த்தத்தில் சாதி கடந்த திருமணத் துணையை ஆதிக்கச் சாதி ஆணோ பெண்ணோ தேர்ந்தெடுக்கும்போது இரண்டுக்குமே பெரிய சமூக அங்கீகாரம் இருப்பதில்லை

என்றாலும் பெண் எனும்போது அந்தத் தேர்வு கடும் விமர்சனத்துக்கு உள்ளாகிறது. "பொண்ணு சாதி விட்டுக் கல்யாணம் செஞ்சா நாலு தலகட்டுக்கு அதைப் பேசுவாங்கனு வீட்ல சொல்வாங்க" என்றார் பொறியாளராகப் பணிபுரியும் கவுண்டர் சாதி இளம்பெண் ரூபா. "கவுண்டர் சாதில பொண்ணுங்க எண்ணிக்கை குறைஞ்சிருச்சி. இப்பல்லாம் மலைக்குப் போய்கூடப் பொண்ணுங்களை ஆண்கள் கல்யாணம் கூட்டிட்டு வராங்க. என்ன சாதினு யாருக்கும் தெரியாது. கவுண்டர்தான்னு இங்க வந்து சொல்லிருவாங்க. ஆனா பெண்கள் சாதி விட்டுத் திருமணம் செஞ்சா அதை கொஞ்சமும் ஏத்துக்க மாட்டாங்க. ஒதுக்கி வச்சுருவாங்க" என்று நிலைமையைப் பகிர்ந்துகொண்டார் திருச்செங்கோட்டில் மதி எனும் இளம்பெண். "ஆணைப் பொறுத்த வரைக்கும் சுய சாதியில் (கவுண்டர் சாதியில்) திருமணம் செஞ்சா அவங்களைப் பெத்தவங்களுக்கு அது பெருமை, ஆனா பெண்களைப் பொறுத்தவரைக்கும் அது கட்டாயம்" என்றார் வெள்ளக்கோயில் நண்பர் மைதிலி. "பொதுவாவே அவங்க [பெற்றோர்] பேச்சை மீறினா கட்டுப்பாட்டை மீறினா அதை ஏத்துக்க மாட்டாங்க. பொறுத்துக்கவே மாட்டாங்க. ஆணானாலும் சரி, பெண்ணானாலும் சரி, ஆனா பொண்ணுனா அதிகமா கட்டுப்பாடு இருக்கும்" என்று தொடர்ந்து அவர் பகிர்ந்துகொண்டார்.

ஒரு பெண் பட்டியலின ஆணைத் திருமணம் செய்து கொள்ளும்போது இந்தக் கட்டுப்பாடு, தடை இவையெல்லாம் மிகக் கறாராகப் பின்பற்றப்படுகின்றன என்பதை என்னோடு உரையாடிய பெண்கள் எல்லாருமே முன்வைத்த கருத்து. "கவுண்டர் சாதி ஆண் தலித் பெண்ணைக் கல்யாணம் செஞ்சா அதக்கூட ஒருவகையில கண்டுக்கமாட்டாங்க. ஏன்னா எத்தனை வருஷமானாலும், ஏன் பத்து வருஷமானாக்கூட அந்த ஆண் திரும்பி வீட்டுக்கு வந்துருவான்னு ஒரு நம்பிக்கை அவங்களுக்கு. செட்டில்மெண்ட் பண்ணி அந்தப் பெண்ணை விட்டு வரவழச்சிரலாம்னுகூட யோசிப்பாங்க. அப்படி பலசமயம் நடந்திருக்கு. அப்புறம் அந்த ஆணுக்கு அவங்க சாதியில கல்யாணம் பண்ணலாம், பெண்கொடுக்கவும் யாரும் இங்கல்லாம் தயங்க மாட்டாங்க. ஆனா பெண்ணைப் பொறுத்தவரைக்கும் அவமானம்னுதான் நினைப்பாங்க" என்று கொங்குக் கள நிலவரத்தை விளக்கினார் மைதிலி.

உரையாடல்களிலிருந்து திருமணத் துணையைப் பொறுத்த வரை ஆண், பெண் இருபாலினரது சுயதேர்வும் 'வளர்ப்பு சரியில்லை' என்ற விமர்சனத்தைச் சந்தித்தாலும் ஒப்பீட்டளவில் இவ்விவகாரத்தில் பெண் சந்திக்கும் தடையும் எதிர்ப்பும்

தேசம்–சாதி–சமயம் 75

கடுமையானது என்றே தெரிவிக்கப்பட்டது. சொல்லப்போனால், ஒரே சாதியில் பெண் தன் துணையைத் தேர்ந்தெடுக்கும்போதுகூட வீட்டில் அதை ஏற்றுக்கொள்வார்களா என்பது நிச்சயமில்லை. “அப்பக்கூட சில பேர் ஏத்துக்கமாட்டாங்கம்மா” எனத் திருமாத்தா என்னும் வெள்ளக்கோயிலைச் சேர்ந்த ஐம்பது வயதுப் பெண்மணி என்னோடு உரையாடும்போது தெரிவித்தார்.

திருமணத் துணையைப் பொறுத்தவரை பெண்ணின் சுயதேர்வு எதனால் இந்த அளவுக்குத் தடையை எதிர் கொள்கிறது? இனப்பெருக்கக் கருத்தியல் இவ்விஷயத்தில் செலுத்தும் செல்வாக்கை இங்கே பேசவேண்டும். இனப்பெருக்கக் கருத்தியலில் குழந்தையின் உடலில் பாயும் ரத்தம் பொதுவாக ஆண் வித்தோடு (மட்டுமே) அடையாளப்படுத்தப்படுகிறது (ஏன் இன்னும் பெரும்பாலும் தந்தையின் முதலெழுத்தும் பெயரும் ஒருவர் பெயரோடு பாவிக்கப்படுகின்றன என்பதை இங்கு கேட்டுக்கொள்ளலாம்). பெண் அந்த வித்தை உள்வாங்கிச் சுமக்கும் கலமாக, களமாகக் கொள்ளப்படுகிறாள். இங்கே ஆண் வித்து என்பது தனிநபருடையது என்றில்லாமல் ஆண்வழி வம்சாவளிக் கண்ணியாக, குழந்தையைக் குறிப்பிட்ட அந்த வம்சாவளியில் இணைப்பதாக இருக்கிறது என்பது முக்கியம். “விந்து அடர்த்திகொண்ட ரத்தமாகக் கருதப்படுகிறது, மேலும் ஒரு குலத்தினர் தமக்கெனப் பொதுவானதொரு ரத்தத்தடத்தைக் கொண்டவர்கள், தங்கள் விந்தின் மூலம் ரத்தத்தை ஒரு தலைமுறையிலிருந்து அடுத்ததற்குக் கடத்தும் கண்ணிகளாக விளங்கும் ஆண் உறுப்பினர்களின்வழி இத்தடம் தொடர்கிறது” என்றும், “சாதி எல்லைகளையும் சாதித் தூய்மையையும் காப்பாற்றுவதன் மூலம் சாதி அகமணமுறை ஆண்/தந்தை வம்சாவளியை உறுதிப்படுத்துகிறது” என்றும் பிரேம் சௌத்ரி (2007, 17) எழுதுகிறார். ஆண்வழி வம்சாவளியை உறுதிப்படுத்த வேண்டிய அவசியத்தால் பெண்ணின் பாலியல் முறைப் படுத்தப்படுகிறது, கட்டுப்படுத்தப்படுகிறது. குடும்ப உறவுகள் ஒரே ரத்தம் என்கிற அடிப்படையில் சாதிக்கும் விரிகிறது. பெண்மேல் குடும்ப ஆண்களால் செலுத்தப்படுகிற அதிகாரம் அக்குடும்பம் சார்ந்த சாதியின் ஆண்களுக்கானதாகவும் விரிவுபடுகிறது (பார்க்க Chowdhry 2007, 17).

இணையவுலகில், குறிப்பாக முகநூலில்கூட இத்தகைய அதிகாரத்தைப் பார்க்க முடியும், உதாரணத்துக்கு ஒன்று: “வீர கவுண்டச்சி” என்கிற முகநூல் ஐடியில் ஒரு பெண் முகநூல் தகவலொன்றை இடுகிறார்: “கவுண்டர் மட்டும் நட்பில் இனையவும் *inbox* இல் *msg* பண்ணாதீர்கள். உறவுகளே உறவை மதியுங்கள். இப்படிக்கு. கவி என்கிற வீரகவுண்டச்சி.” அதற்கு

கொங்குவேள் என்பவர் இப்படி பின்னூட்டமிடுகிறார்: "ஏம்மா வீர கவுண்டச்சி நீ சொன்னா மட்டும் *inbox*க்கு *msg* வராதா??? ஊட்ல சோராக்கி வேல செய்ரத உட்டுப்போட்டு *FB*ல உனக்கென்ன வேலை. பொங்க பானைய வீதியில வெச்சா நாய் நக்கதான் செய்யும்" (ஜூன் *30, 2015*). இங்கே பொங்கல்பானை, நாய் போன்ற உருவகங்களை வாசகர்கள் எளிதாகப் பொருள் கொள்ளமுடியும்.

குறிப்பிட்ட ஒரு சாதிக் குழுவின் ரத்தம் சார்ந்த குடிமக்களைப் பெருக்குதல் என்பது நிலத்தின் பயிர் உற்பத்தியை ஒத்ததாக உள்ளது. உற்பத்தியும் இனப்பெருக்கமும் இணைகிற புள்ளியில் வேளாண்மை சார்ந்த வள ஆதாரமாக நிலம் கருதப்படுவதுபோல இனப்பெருக்கக் கருத்தியலில் வள ஆதாரமாகப் பெண்ணும் கருதப்படுகிறாள். எனவே சாதித் தூய்மைவாதத்தையும் சாதி அகமணமுறையையும் விமர்சிக்கும்போது ஆண்வழி வம்சாவளியைக் கேள்விக்குட் படுத்தாமல் அதைச் செய்யவே முடியாது என்பது நிதரிசனம். ஆனால் பட்டியலின இளைஞர்களின் கொலைகளை முன்னிட்டு சாதித் தூய்மைவாதத்தை நியாயமாகக் கேள்விக்குட்படுத்து பவர்கள்கூட ஆண்வழி வம்சாவளியைக் கண்டுகொள்ளாமல், பேசாமல் விடுவதையே பார்க்கிறோம்.

சாதிக் கருத்தியலின் அடிப்படையான ஆண்வழி வம்சாவளி எவ்வாறு தமிழ் அறிவுப்புலத்தில் சொல்லாடல்களுக்குள் வருவதில்லையோ, அதேபோல பட்டியலின ஆண் துணை களைத் தேர்ந்தெடுக்கும் ஆதிக்கச் சாதிப் பெண்களின் தன்னிலைகளும் அறிவுப் புலச் சொல்லாடல்களத்தில் ஆய்வுக்கு உட்படுத்தப்படுவதில்லை என்பதையும் கூற வேண்டி யிருக்கிறது. சாதியச் சொல்லாடல்களில் 'குணக்கேடுகளால்' உருவாக்கப்படுகிற தலித் இளைஞர்களின் தன்னிலைகளை அவர்கள் சிந்துகிற ரத்தம் கலைக்கிறது, 'மற்றமை' மீது வெறுப்பி னால் கட்டப்பட்டிருக்கிற தன்னிலைகளின் உள்ளீட்டைக் காட்டித்தருகிறது. ஆனால் அவற்றோடு தொடர்புடைய 'வளர்ப்புச் சீர்கேட்டை' முன்நிறுத்திக் கட்டப்படும் இப்பெண்களின் தன்னிலைகளின் பாதையும் விதியும்தானென்ன?

இக்கட்டுரையின் துவக்கத்தில் கவுண்டர் சாதியைச் சார்ந்த ரூபாவோடான என் உரையாடல் துணுக்கொன்றை மேற்கோள் காட்டியிருந்தேன். சாதி கடந்த திருமணம் எனும் "வளர்ப்புச் சீர்கேடு" நேராதிருக்க, இத்தகைய திருமண உதாரணங்கள் பெற்றோராலும் உற்றோராலும் வீட்டுப் பேச்சில் கொண்டுவரப்பட்டு 'வெட்டிப்போடுவோம்' என்பதுபோன்ற வன்கூற்றுகள் மொழியப்படுகின்றன. பெண் தன்னிலைகளைச்

சாதி சார்ந்த குடும்ப அடையாளத்தில் இந்த வன்கூற்றுகள் பிணிக்கப்பார்க்கின்றன. பிணித்தலையும் மீறி பெண் காதல் வயப்படும்போது அவள் காதல் நினைவையே கலைத்துப் போடுவதும் நடக்கிறது. "வேற சாதிப் பசங்களக் காதலிச்சா அடிப்பாங்க, வீட்ல அடைச்சி வைப்பாங்க. மந்திரமெல்லாம் பண்ணிக்கூட நெனைவை மறக்க வைக்கப் பாப்பாங்க" என்று ரூபா கூறியது இப்போது என் மனத்தில் ஒலிக்கிறது. நேசத்தின் நினைவு வலிந்து நீக்கப்படும் பெண் தன்னிலைகள் ஒருபுறம்; நேசித்தவர்கள் நீக்கப்பட்டு, பிரிக்கப்பட்டு அதனால் கைவிடப் படும் பெண் தன்னிலைகள் மற்றொரு புறம். திருச்செங்கோட்டுக்கு நண்பர்களோடு சென்ற மாதம் போயிருந்தபோது பட்டியல் சாதி ஆண்கள் வன்முறைக்காளாகும்போது அவர்களைக் காதலித்த பெண்கள் எவ்வாறு அதை உணர்வார்கள் என்று பேச்சு வந்தது. "அவங்களுக்குப் பைத்தியம் பிடிக்கச் சாத்தியம் அதிகம்" என்று கூறினார் எழுத்தாளர் தேவிபாரதி. மேலும், "அவங்க வாழ்க்கை அவ்வளவுதான்" என்றார். நண்பர் மைதிலி, "பெரிய பண்ணை வீடுகள் அவங்களோடது, அடைச்சி வச்சிடுவாங்க" என்று கூறினார். இவற்றையெல்லாம் கேட்டபின் கொலை செய்யப்பட்ட கோகுல்ராஜின் காதலியெனச் சொல்லப்படும் சுவாதியைப் பார்க்கமுடியுமா என்ற என் கேள்வி பொருளற்று என் வாய்க்குள் நின்றுவிட்டது. பூட்டிய கதவுக்குப் பின்னால் இந்தப் பெண்கள் பித்துப் பூச்சூடி அலையக்கூடிய சாத்தியத்தை யார்தான் மறுக்கமுடியும்?

சுவாதியைக் குறித்து, "உடன் பேசிக்கொண்டிருந்த ஒரு நண்பனை யாரோ சிலர் அடித்து இழுத்துச் செல்வதை வெளிப்படையாகச் சொல்லக்கூடத் தயங்குகிற அந்தப் பெண்ணின் அமைதியின் விளைவே இந்தக் கொலை" என்று ஆனந்த விகடன் இதழில் (அருள் எழிலன், ஜூலை 8, 2015) வைக்கப்பட்ட விமர்சனத்தை இத்தகைய சூழலில்தான் வாசிக்கிறோம். சாதியம் எனும் கான்கிரீட்டால் உறுதிபட பூசப்பட்டு, ஆண்வழி வம்சாவளியென்ற பெயரில் நிறுவப் பட்டிருக்கும் கலாச்சார ஆண்குறித் தூணின் முன்னிலையில் சுவாதியோ அல்லது வேறெந்தப் பெண்ணோ சுயாதீனத்தைக் கைக்கொண்டு பேசுதல், இயங்குதல் எந்த அளவுக்கு சாத்தியம் என்பது யோசித்துப் பார்க்கவேண்டிய ஒன்று. அரசு, நீதிமன்றம், காவல்துறை போன்ற நவீன நிறுவனங்கள் எந்த அளவுக்குப் பெண்ணின் சுயாதீனத்தை இத்தகைய சூழலில் உறுதிப்படுத்து கின்றன, அவள் சுயாதீனத்தோடு இயங்க முற்பட்டால் எந்த அளவுக்கு அவை அவளைப் பாதுகாக்கும், எவ்விதங்களில் கைவிடும் என்பவற்றையெல்லாம் விவாதிக்காமல் பெண்ணைத் தனிமனுஷியாகப் பாவித்துச் சாடமுடியாது.

இங்கே இன்னொன்றையும் கூற வேண்டும். இக்கட்டுரைக் காகப் பட்டியல் சாதிப் பிரிவு இளைஞர்களைக் காதலித்தல் குறித்தும் அதனால் அந்த இளைஞர்களுக்கு நேர்கிற வன்முறை குறித்தும் கொங்குப் பகுதியின் இளம் பெண்களிடமிருந்து உரையாடித் தெரிந்துகொள்ள முயற்சித்தபோது, என்னிடம் 'பெயரிலி'களாகப் பேசக்கூடப் பெண்கள் தயங்குவதை உணர்ந்தேன். "இந்த வம்பே வேண்டாம்" என்று சிலர் மறுத்தனர்; "இல்லீங்க, எங்களுக்குத் தெரியாதுங்க" என்று சிலர் ஒதுங்கினர்; என் குரலைக் கேட்டுத் தொலைபேசித் தொடர்பைத் துண்டித்தவர்கள் உண்டு; என்னோடு உரையாடக் கேட்ட காரணத்தால், தொடர்புறுத்திய கொங்குப் பகுதி சிநேகிதியின் தொலைபேசி அழைப்பைக்கூட மறுத்த பெண் களும் உண்டு. *"The college girl declined to be interviewed. That's a message as well"* என்று ஒரு கொங்கு நாட்டு நண்பர் அனுப்பிய குறுஞ்செய்தி உண்டு. இந்தத் தயக்கம் மாறி, திருமண/காதலுறவு குறித்த பொதுவெளிச் சொல்லாடல்களில் தங்கள் காதலுக்கான ஆதரவை, அந்த ஆதரவின் நியாயப்பாட்டை, தைரியமாகவும் வலுத்தும் பொதுவெளியில் அவர்கள் பரவலாகப் பேசச் சிறிது காலமாகலாம்.

பட்டியலின இளைஞர்களைத் தேர்ந்தெடுக்கும் பெண்கள் அந்த இளைஞர்கள் கொலை செய்யப்பட்டால் அவர்களின் உடல்களைக்கூடப் பார்க்கமுடிவதில்லை என்பதுதான் இன்றைய யதார்த்தம். இளவரசனின் இறுதிச் சடங்குகளுக்குப் போவீங்களா என்றொரு நிருபர் கேட்டதற்கு தர்மபுரி இளவரசனின் காதலி/மனைவி திவ்யாவிடமிருந்து "கண்ணீரே பதிலாக வழிந்தது" என்று ஒரு செய்தியிதழ் தெரிவிக்கிறது. (பார்க்க:*http://www.asrilanka.com/2013/07/10/20540*). "இப்ப இருக்கும் சூழலில் எப்படிங்க போக முடியும்? அங்கே யாராவது ஏதாவது சொல்லப்போயி, மறுபடியும் ரெண்டு தரப்புக்குமிடையே பிரச்சினை வந்துட்டா என்னங்க பண்றது?" என்று திவ்யாவின் அம்மா தேன்மொழி கூறியதையும் அந்த இதழ் தெரிவிக்கிறது. வாழும்போதும் சரி, இறந்தபின்னும் சரி, ஒருவரின் உடல் என்பது அவருடையதல்ல, சமூகக் கட்டுப்பாடுகள், சாதிவிதிகள் போன்றவற்றுக்கான இடமாக மட்டுமே உள்ளது உடல் என்பவற்றை நினைவூட்டுகின்றன தேன்மொழியின் சொற்கள். "இளவரசன் மரணத்தால் நிலைகுலைந்து போயிருக்கும் திவ்யாவிற்கு, உயர் நீதிமன்ற உத்தரவுப்படி மனநல மருத்துவர்கள் மூலம் கவுன்சிலிங் தரப்பட்டது" என்று மேலும் தெரிவிக்கிறது அந்தச் செய்தி. திவ்யாவுக்கு அந்தக் கவுன்சிலிங் பயன் தந்ததா, இளவரசனின் மரணம் தந்திருக்கக்கூடிய அதிர்ச்சியிலிருந்து இயல்புக்கு மீண்டாரா, மீண்டார் என்றால் இயல்பு என்பதன்

அர்த்தம் அவரைப் பொறுத்தவரை இனிமேல் என்ன என்பது போன்ற கேள்விகள் கேள்விகளாகவே நிற்கின்றன.

கேள்விகளாக மட்டுமே அவை இருக்கமுடியும். ஏனெனில் இளவரசன் – திவ்யா காதல் நீதிமன்ற வழக்கில் இருந்தபோதே மாறிமாறி வைக்கப்பட்ட திவ்யாவின் கூற்றுகள் உண்மையிலேயே அவருடையவைதானா என்பது சந்தேகத்துக்கிடமானதாக இருந்தது. திவ்யாவின் குரல் அவருடைய சாதியைச் சேர்ந்த ஆண்களுடையதாக இருக்கலாம், 'ஆணாதிக்கத்தோடு பேரம்பேசி' ஆணாதிக்கக் குடும்ப அமைப்பில் தன்னுடைய இடத்தைக் காப்பாற்றிக்கொள்ளத் தள்ளப்பட்ட, ஏற்கெனவே கணவனைத் தொலைத்துவிட்ட அவருடைய தாயுடையதாக இருக்கலாம் என்பவற்றை வலுவாகச் சுட்டும் சங்கேதங்கள், குறிகள் கிடைத்தவாறே இருந்தன. திவ்யா– இளவரசனின் காதல், சாதியை முன்னிறுத்திப் பொதுப் பரிமாணம் பெற்றபின், பொதுப் பார்வைக்கு வந்தபின் திவ்யாவின் 'உண்மையான' குரல் கிட்டவேயில்லை என்பதுதான் யதார்த்தம். கேட்கவியலாத இடத்தில் முடங்கிவிட்டது அவர் குரல். காதல்/மணவுறவு குறித்த சொல்லாடல்களின் நெரிக்கப் பட்ட, மௌனிக்கப்பட்ட தன்னிலை திவ்யாவுடையது. திவ்யாவைத் தொடர்ந்து சுவாதி, அவர்களைப் போன்றே தலித் இளைஞர்களோடு காதலில் பயணித்த இன்னும் நமக்குப் பெயர் தெரிந்த, தெரியாத பெண்களின் தன்னிலைகளின் பாதையும் மௌனத்தை நோக்கியதாகவே இன்றைய இருட்சூழலில் காட்சி தருகிறது.

"கௌரவக் கொலை" என்னும் மொழிப் பயன்பாடே சிக்கலானது என்பதைப் பார்த்தோம். அது மட்டுமின்றி சாதி கடந்த காதல் / திருமணவுறவு சார்ந்து பெண் எதிர்கொள்கிற வன்முறையும் அச்சுறுத்தலும் இந்தப் பயன்பாட்டில் மையப் படுத்தப்படுவதில்லை என்பது இப்பயன்பாட்டில் கவனிக்க வேண்டிய இன்றியமையாத பிரச்சினை என்பதையும் பார்த்தோம். பட்டியலின இளைஞரைத் தன் துணையாகத் தேர்ந்தெடுக்கும் வழியிலும், அப்படித் தேர்ந்தெடுக்கும் இளைஞர் கொலை உள்ளிட்ட வன்முறைக்கு ஆளாகும்போது காதல்/மண உறவு முடித்துவைக்கப்படுகிற புள்ளியிலும் மௌனமாக்கப்படுகிற பெண்ணின் தன்னிலை நம் சொல்லாடல்களில் கணக்கில் எடுத்துக்கொள்ளப்படுவதில்லை. தண்டவாள இணைகளில் சாதியத்தோடு இணைபிரியாதிருக்கும் ஆண்வழி வம்சாவளியைக் காண நாம் இன்னும் கற்கவில்லை என்றே கூறுவேன். கற்றலின் தொடக்கமாக 'கௌரவக் கொலை' என்கிற பயன்பாட்டுக்கு மாற்றாக பெண்ணுக்கு எதிரான வன்முறையையும்

அச்சுறுத்தலையும் தன்னுள் திரட்டிக்கொண்ட மொழிப் பயன்பாட்டை நாம் அறிவுப்புலச் சொல்லாடலுக்குள் கொண்டுவர முயலவேண்டும். 'பெண்விரோத சாதியக் கொலை' அல்லது 'பெண்ணை ஒடுக்கும் சாதியக் கொலை' அல்லது 'பெண் சுயதேர்வு மறுப்பு சாதியக் கொலை' போன்ற மாற்றுப் பயன்பாடுகள் யோசிக்கத்தக்கன. பிற பயன்பாடுகளும் முன்மொழியப்படலாம், பரிசீலிக்கப்படலாம். மாற்றுப் பயன்பாடு எதுவாகவும் இருக்கலாம், பெண்ணிருப்பை அங்கீகரிப்பதாக, சொல்லாடல் புலத்துக்குள் பெண்ணைக் கொண்டுவருவதாக அது இருந்தால் போதும்.

(இக்கட்டுரை இரு பகுதிகளாக *காலச்சுவடு* இதழ்களில் [எண் 188, ஆகஸ்ட் & எண் 189, செப்டம்பர் 2015] வெளிவந்தது.)

உதவிய நூல்கள், கட்டுரைகள்

Abu-Lughod, Lila. *Do Muslim Women Need Saving?* Harvard University Press, 2013.

Chakravarti, Uma. "From Fathers to Husbands: Of Love, Death and Marriage in North India." *'Honour': Crimes, Paradigms and Violence against Women.* Ed., by Lynn Welchman and Sara Hossain. New Delhi: Zubaan, 2006.

Chowdhry, Prem. *Contentious Marriages, Eloping Couples: Gender, Caste and Patriarchy in Northern India.* New Delhi: Oxford University Press, 2007.

Gossen, G. H. "Translating Cuscat's War: Understanding Maya Oral History." *Journal of Latin American Lore* 3(2): 227-248. 1977.

Grewal, Inderpal. "Outsourcing Patriarchy: Feminist Encounters, Transnational Mediations, and the Crime of 'Honour Killings.'" In *At the Limits of Justice: Women of Colour on Terror.* Ed., by Suvendrini Perera and Sherene H. Razack. University of Toronto Press, 2014. Ebook.

Nagaraj, D.R. *The Flaming Feet and Other Essays: The Dalit Movement in India.* New Delhi:Permanent Black, 2010.

5

எந்திரன்: புராணம், யதார்த்தம், தன்னிலை உருவாக்கம்

முதலில் தலைப்பு குறித்து: புராணம் என்கிற வார்த்தையை விரிவான அர்த்தத்தில் வாய்மொழிக் கதைகள், இதிகாசக் கதைகள், காவியக் கதைகள் என்கிற அர்த்தத்தில் பயன்படுத்தியிருக்கிறேன்; யதார்த்தம் என்பதை நமக்குப் பழக்கத்திலிருக்கும் சமகாலத்திய நடப்பியல் என்கிற கருத்தில் உபயோகித்திருக்கிறேன். கடந்த வருடங்களில் வெளிவந்த திரைப்படங்களில் அதிகம் விவாதிக்கப் பட்ட படங்களில் ஒன்றான *எந்திரனை* (இயக்கம்: சங்கர்; தயாரிப்பாளர்: கலாநிதி மாறன்; 2010) முன்வைத்துச் சில எண்ணங்களைப் பகிர்ந்துகொள்ள நினைக்கிறேன்.

நான் தமிழகத்துக்கு வெளியே இருப்பதால் அதிகம் பேசப்படும் திரைப்படம் ஏதேனும் வெளிவந்ததும் உடனடியாகப் பார்க்க முடியா விட்டாலும் இணையத்தில் கிடைக்கும் உடனடி விமர்சனங்களைப் படித்துவிடுவது என் வழக்கம். *எந்திரன்* பற்றி வெளிவந்த, இணையத்தில் கிடைத்த சில விமர்சனங்கள் இவை: "சயன்ஸ் ஃபிக்சனில் வழக்கமான ஒரு முக்கோணக் காதல் கதை," "ராமநாராயணன் படம்தான், ஆனால் ஹை டெக் கிராஃபிக்ஸ்," "சாதாரணமான மசாலா" "அரை வேக்காடு சயின்ஸ் ஃபிக்ஷன்." இப்படி எதிர்மறை விமர்சனங்களுக்கு மத்தியில், படத்தை

நியாயப்படுத்தியும் சில வாதங்கள் வைக்கப்பட்டிருந்தன. குறிப்பாக, பதிவரும் விமர்சகருமான கேபிள் சங்கர் *எந்திரனை* ஹாலிவுட் தரத்திலான அறிவியல் புனைவாக்கத் திரைப்படம் என்று சொல்லியதோடு "வெளிநாட்டுப் படங்களில் ஒரு ஜானர் படங்கள் என்றால் கதை அதற்குள்ளேயே சுற்றி வரும். நம் தமிழ்ப் படங்களைப் போலத் தலைவாழை இலைபோட்டுக் காதல், பாட்டு, செண்டிமெண்ட், காமெடி, செக்ஸ் என்று எல்லா வற்றையும் கலந்து கொடுக்க வேண்டிய கட்டாயமில்லை" என்று ஹாலிவுட் படங்களைப் போல ஏன் இந்தப் படம் இல்லை என்று விளக்கம் கொடுத்திருந்தார். *(பார்க்க:http://www.cablesankaronline.com/2010/10/blog-post_14.html).*

இந்த விளக்கத்தைத் தொடுபுள்ளியாக வைத்து இந்தக் கட்டுரை தொடங்குகிறது. அறிவியல் புனைவாக்கம் என்றால்கூட காதல், காமெடி, செண்டிமெண்ட் எல்லாவற்றையும் தலைவாழை இலை போட்டுத் தரவேண்டிய கட்டாயம் இங்கே இருக்கிறதென்பது திரைப்படத்தைப் பார்ப்பவர்களின் எதிர்பார்ப்புகளைப் பற்றிய, அவர்களின் ரசனையைப் பற்றிய ஒரு விமர்சனமாக இருக்கிறது. வெகுசனங்கள் மசாலாப் படங்களைத்தான் விரும்புகிறார்கள் என்கிற வழமையான சொல்லாடலுக்குள் வருவதுதான் இது. ஆனால் இந்தியப் படங்களுக்கே உரித்த குணாம்சமான மசாலாத்தனத்தைப் பற்றித் திரைப்பட ஆராய்ச்சியாளர்களால் வேறுபட்ட பார்வைகளும் வைக்கப்பட்டிருக்கின்றன. திரைப்படக் கலையையும் பார்வையாளர்களை விரிந்த பண்பாட்டுச் சூழலில் நிறுத்தும் முயற்சிகளை இந்தப் பார்வைகளில் நாம் காண்கிறோம்.

"இந்திய வழி" என ஒன்று உண்டா?

முக்கியமாக, ஃபிலிப் லுட்கன்டார்ஃப் எழுதியிருக்கும் *(2006)* "திரைப்பட ஆக்கத்தில் இந்திய வழி என ஒன்று உண்டா? *("Is there an Indian way of filmmaking?")* என்ற கட்டுரை இங்கே குறிப்பிடத்தக்கது. கட்டுரையைப் பகிர்ந்துகொள்ளும் கருத்துகள் சிலவற்றை இங்கே தருகிறேன். "இந்திய வழி" என்று தான் பயன்படுத்தும் சொற்றொடர், ஒற்றைத்தன்மையை, சாராம்சத்தை, பாரம்பரியத் தொடர்ச்சியைச் சுட்டவில்லை என்பதை முதலில் கவனமாகத் தெளிவுபடுத்துகிறார் லுட்கன்டார்ஃப். "இந்திய வழி" என்பது இந்தியப் பண்பாட்டுச் சூழலில் காலம்காலமாக வரும் வழக்காறுகள், உடல்மொழி, பிரதிமங்கள் முதன்மையாக இருக்கிற பண்பாட்டுவெளி ஆகியவற்றில் வரலாற்றின் தற்செயல்களும் வெளியிலிருந்து வருகிற கதையமைப்பு, தொழில்நுட்ப வசீகரங்களும் இணைகிற கலவை, பாடல்களும்

காட்சிகளும் பிணைந்திருக்கிற கலவை, பிற்காலனிய தெற்காசியச் சூழலுக்கு உரித்தான குறிப்பிட்ட விதங்களில் தோற்றம்கொள்ளும் கலவை என அவர் எழுதுகிறார். உதாரணமாக, இங்கே இருக்கும் நிகழ்த்துதல் மரபை எடுத்துக்கொண்டால் பல்வேறு உணர்வு நிலைகளை எடுத்து, அவற்றைக் காட்சிப்படுத்தி, அத்தகைய காட்சிப்படுத்தல்களின் வாயிலாகத் தொடர்புடைய சுவைகளைப் – நகைச்சுவை, அவலம் போன்றவை – பார்வையாளர்களிடம் உருவாக்குவதாக இருக்கிறது இம்மரபு. தவிர, ஒரு நிகழ்த்துதல் குறிப்பிட்டதொரு சுவையை முதன்மையிலக்காகக் கொண்டு இயங்கினாலும் சாப்பாட்டு விருந்துபோலப் பல்வேறு சுவைகளுக்கும் இடமளிக்க வேண்டும் என்ற எதிர்பார்ப்பும் இம்மரபில் உள்ளோடுகிறது. அதாவது வீரத்தை மையப்படுத்துகிற ஒரு நிகழ்த்துதல் அவலம், காதல், நகைச்சுவை போன்ற வேறு சில சுவைகளையும் உணர்த்தச் செய்வதாக, அனுபவிக்கச் செய்வதாக இருக்க வேண்டும். திரைப்படம் காதல், நகைச்சுவை, சண்டை, சாகசம் போன்ற பல வகைமைகளின் கூட்டுக் கலவையாக, ஒரு உணர்வு நிலையிலிருந்து இன்னொன்றுக்கு, அதாவது "சோகக் காட்சியிலிருந்து மகிழ்வுக் காட்சிக்கு, பின் அதிலிருந்து ஒரு மிகைக் கற்பனை நிலப்பரப்பில் காதற்பாடலுக்கு" என நகர்தலை இம்மரபின் பின்னணியில் பார்க்கலாம். இவையெல்லாம் மேற்கத்திய பார்வையாளர்களுக்கு இடர்ப்பாட்டைத் தரலாம், ஆனால் இந்தியப் பண்பாட்டுச் சூழலின் பார்வையாளர்கள் இவற்றைப் பிரச்சினையின்றித் தம்போக்கில் ரசிக்க முடியுமென்று குறிப்பிடுகிறார் லுட்கன்டார்ஃப்.

நிகழ்த்துதல் மரபைத் தவிர இங்கே நிலவும் கதையாடல் மரபுகளின் தாக்கத்தையும் குறிப்பிடுகிறார் அவர். நேர்க்கோட்டில் செல்லாத கதை சொல்லும் முறைகள் பெரிய கதையொன்றின் சட்டகத்துக்குள் இன்னொன்று, அதற்குள் இன்னொன்று என்பதான கதைச் சட்டகப் பாணி, தொடர்பில்லாததுபோல் விரியும் கிளைக் கதைகள், தன்னைத்தானே சுட்டிக்கொள்ளும் கதையாடல்கள் இப்படிப் பலவும் திரைப்படங்களில் செயல்படுகின்றன. மேலும், சூஃபி பண்பாடும் பெர்சியக் கதையாடல் மரபுகளிலிருந்து பலவற்றைக் கொணர்ந்து சேர்த்திருக்கிறது எனக் கூறுகிறார் லுட்கன்டார்ஃப். "பிரிவில் காதலன் தன் காதலியை எண்ணி மருகித் துயருறுதல்" என்பதை எடுத்துக்கொண்டால், இது காலம்காலமாக இங்கே பேசப்பட்டிருப்பதுதான் என்றாலும் சூஃபி பண்பாட்டின் தாக்கம் இதிலிருக்கிறது: நிறைவேறாத காதலில், தேடலில் பிரிவாற்றாமை, இதைத் தாங்காமல் ஏங்கி ஏங்கிக் காதலன் தன்னை மாய்த்துக்கொள்ளல் போன்றவை சூஃபி காதல் காவியங்களில் வழக்கமாக வருபவை. கடவுளைத் தேடுதல், ஏங்கி மருகுதல், கடைசியில் கடவுளுடனான சேர்தலில் மனித

சுயம் கரைந்துபோதல், உயிர்த் தியாகம் செய்தல் போன்றவற்றின் உருவகங்களாக சூஃபி காதல் காவியங்களில் அன்பும் ஆற்றாமையும் பிரிவும் இணைதலும் சித்திரிக்கப்படுகின்றன. இன்றைக்குத் திரைப்படத்தில் காதலிக்கான ஏக்கத்தில் மருகி மருகிக் காதலன் மறைதலின் பின்னணியில் சூஃபி காதல் காவியங்களின் தாக்கமிருக்கிறது, இம்மண்ணில் ஆயிரம் வருடங்களாகத் தொடர்ந்திருக்கும் தாக்கம் இதுவென விவரிக்கிறார் லுட்கன்டார்ஃப். இவற்றையெல்லாம் கணக்கில் கொண்டு திரைப்படத்தை *context-sensitive design*, அதாவது சூழலைப் பொருத்தமையும் ஒரு வடிவமாகப் பார்க்கவேண்டும் என்பதே அவர் முடிபு.

எந்திரன் திரைப்படத்தையும் மசாலாப் படமென்று புறந்தள்ளாமல் பண்பாட்டுச் சூழலைப் பொருத்து அமையும் படமாகப் பார்க்கலாம். படத்தில் காட்டப்படுகிற பல உணர்வு நிலைகளையும் அவை உருவாக்க முயலுகிற வெவ்வேறு சுவைகளையும் எளிதாக அடையாளம் கண்டுவிட முடியும். சிட்டி வருகிற காட்சிகளை மட்டும் வைத்துப் பார்த்தாலும் போக்குவரத்து அதிகாரியோடு சிட்டி பேசுமிடத்தில் நகைச்சுவை, சிட்டி தன்னைத்தானே உடைத்துக்கொள்ளும்போது அவலம், தன்னைப் பற்பல உருவங்களாக அவன் உருவாக்கிக்கொள்ளும் போது வியப்பு, எந்திரனுக்கும் பெண்ணுக்கும் பிறக்கக்கூடும் குழந்தையைக் குறித்துப் பேசும்போது தோன்றக்கூடும் அருவருப்பு, இப்படிச் சுவைகள் பலவற்றைப் பார்வையாளரிடம் உருவாக்க முனைகிறது படம். மேலும் மரபார்ந்த நாடக நிகழ்த்துதலில் அவலச்சுவை முடிவு தவிர்க்கப்படுவது போலப் படத்தில் அவலச்சுவை தவிர்க்கப்படுகிறது. மகாபாரதத் தெருக்கூத்து நிகழ்த்துதல்களில் ஒன்றான ‘திரௌபதி துகிலுரிதல்’ நாடகத்தை இவ்விடத்தில் எடுத்துக்காட்டலாம். நாடகத்தின் உச்சமென்று திரௌபதியின் சபதம் அமைந்தாலும் அந்த உச்சத்தோடு நாடகம் முடிவதில்லை. சொல்லப்போனால் நான் பார்த்த அளவில் இந்த நாடகத்தில் திரௌபதியின் சபதம் அழுத்தமான, ஏன் உணர்ச்சிமேலிட்ட காட்சியாகக்கூட இல்லை. சமயங்களில் இந்த நாடகம் கண்ணன் திரௌபதிக்குச் சேலை தரும் காட்சியோடுகூட நிறைவுபெறுவதைக் கண்டிருக்கிறேன். (மகாகவி பாரதிகூட பாஞ்சாலியின் சபதக் காட்சியோடு தன் பாஞ்சாலி சபதக் காவியத்தை முடிக்கவில்லை; அடுத்த பாடலில் “இந்த நானில முற்றும் நல்லின்பத்தில் வாழ்க” என்றுதான் முடித்திருப்பார்.) *எந்திரனைப்* பொறுத்தவரை படம் நிறைவுபெற்றுவிட்டதென்று நினைக்கும்போது அறிவியல் அருங்காட்சியகத்தில் இருக்கும் சிட்டி, “நான் சிந்திக்க ஆரம்பித்ததுதான் பிரச்சினை” என்று மங்கல முடிவு மரபையொட்டி உரையாடலைத் துவக்குகிறான்.

இது சிட்டியின் முடிவை முடியாத ஒன்றாக மாற்றிவிடுகிறது. கதையாடலுக்குள் கதையாடலைக் குறிக்கிற தன்மைச் சுட்டுதலாகவும் அது இருக்கிறது. தவிர, இதற்குமுன் சிட்டி அடிபட்டுப் பிய்த்துப் போடப்படுகிற நிலையில் சனாவின் மீதான காதலை நினைத்து மருகியபடி அவன் இயக்கம் நின்றுபோவது, சூஃபி காதல் காவியத்தின் நாயகனின் ஏக்கத்தையும் உயிர்த் தியாகத்தையும் நினைவில் மீட்டுகிறது.

புராணங்களின் ஊடுபாவுதல்

திரைப்படத்தில் சட்டென்று தெரிந்த, தெரியவராத புராணக்கதைகள் நேரடியாகவோ மறைமுகமாகவோ பங்குபெறு கின்றன. இராமாயணம் நேரடியாகவே சுட்டப்படுகிறது. கதாநாயகி சனாவைக் கடத்தி வந்தவுடன் "சீதாபிராட்டி சீன் போடாதே" என்கிறான் சிட்டி அவளிடம். அசோகவனம் பார்வையாளர்களிடத்தில் நினைவூட்டப்படுகிறது. மேலும் நாட்டார் இலக்கிய வெளிப்பாடுகளில் ராவணனுக்கும் சீதைக்குமிடையே சொல்லப்படுகிற தந்தை–மகள் உறவு படத்தில் தலைகீழாக, தாய்–மகன் உறவாக, ஆகவே முறைதவறிய உறவாக நுட்பமாகச் சொல்லப்படுகிறது. "திருமணத் திருநாள் தெரியும் முன்னே நீ எங்கள் பிள்ளையோ, சிட்டி சிட்டி ரோபோ, பட்டி தொட்டி எல்லாம் நீ பட்டுக் குட்டியோ" என்று சனாவின் பாடலாக வரும் வரிகளும் இதற்கேற்ப அமைகின்றன.

இன்னொரு கதைக்கூறும் படத்தில் வருகிறது. நளன் – தமயந்தி கதையில் தமயந்தியின் சுயம்வரத்தின்போது மானுடனான நளனோடு தேவர்கள் பலரும் தமயந்தியை அடையவேண்டிப் போட்டியிடுகிறார்கள். தமயந்தி நளனை மணக்கவிடாமல் செய்ய நளனைப்போல உருவத்தை மாற்றிக்கொள்கிறார்கள். நளனின் தரையைத் தொடுகிற கால்கள், அவனது வாடுகிற பூமாலை ஆகியவற்றின் மூலமாக, அதாவது இவ்வுலகத்தைச் சேர்ந்திருத்தலால் மனிதனுக்கே உரித்தான குறைபாடுகள் அல்லது வரம்புகள் மூலமாக நளனைத் தமயந்தி அடையாளம் கண்டு மணக்கிறாள். இத்தகைய வழியில் அடையாளங்காணுதல் எந்திரனிலும் நிகழ்கிறது. ரோபாட்களை அணிவகுப்பில் ரோபாட்களைப் போல முழுவட்டத்தில் தன் தலையைச் சுழற்றமுடியாத வசீகரன் நளனைப் போலவே அடையாளம் கண்டுபிடிக்கப்படுகிறான்.

திரைப்படத்தில் ஒன்றிலிருந்து ஒன்றேபோல் பல்கிப் பெருகுகின்றன ரோபாட்கள். ஐந்து அல்லது ஆறாம் நூற்றாண்டில் புனையப்பட்ட சமஸ்கிருத நூலான, சில ஆதிக்குடிகளின்

வழிபாட்டு மரபுகளையும் தொகுத்து ஆக்கப்பட்டிருக்கிற, தேவிமகாத்மியம் என்கிற நூலில் வருகிற அசுரர்களோடு இவற்றை ஒப்பிடமுடியும். துர்க்கையோடு அசுரன் ரக்தபீஜன் மோதும்போது அவன் தலையைத் துர்க்கை வெட்ட, கீழே விழுந்த ஒவ்வொரு துளி ரத்தத்திலிருந்தும் ஒவ்வொரு ரக்த பீஜன் உருவாகி, ஒத்த உருக்களிலான பற்பல ரக்தபீஜன்கள் துர்க்கையோடு மோதுகிறார்கள். ரத்தத்திலிருந்து உருக்களின் பல்கிப் பெருகுதல் நடந்துகொண்டேபோக, துர்க்கை கேட்டுக்கொண்டதற்கிணங்க காளி தனது நாக்கை நீட்டி ரத்தம் கீழே விழும் முன்னர் உறிஞ்சிவிடுகிறாள். திரைப்படத்தில் பிய்த்துப்போடப்பட்ட நிலையில் மீண்டும் உயிர்பெற்று வருகிற சிட்டி தன்னைப்போல ரோபாட்களாகப் பெருகுவதையும் பின்னர் கடைசியில் காந்தப் பலகையில் உறிஞ்சப்படுவதையும் இங்கே தொடர்புறுத்தலாம்.

ஹாலிவுட் படத்ில்கூட (Matrix) ரோபாட்கள் பெருகும் காட்சி வருகிறதே என்ற கேள்வி எழலாம். ஆனால் எந்திரனில் சிட்டியை விஞ்ஞானி போரோ மறுவுருவாக்கம் செய்தவுடனேயே அவன் அசுரன் என்று பெயரிட்டு விளிக்கப்படுவதை நினைவில் கொள்ள வேண்டும். அசுரனாக அவனை மீட்டுருவாக்கம் செய்கிற விஞ்ஞானி போரோவின் தலைமேல் தன் கையை வைத்துக் கொல்கிறான் சிட்டி; ஆகவே, அவன் வரம்கொடுத்த கடவுளான சிவனின் தலையில் கைவைத்து அழிக்கப் பார்த்த பஸ்மாசுரனின் மறு உருவாக்கமும்கூட.

இன்னொரு கதைத்தளத்தில் அவன் சிவன் உருவத்தை எடுத்துப் பார்வதியைக் கவர முயன்ற அசுரன் சலந்திரனைப் போன்றவனும்கூட. சலந்திரனின் கதையில் சிவனிடமிருந்து தோன்றிவந்த மின்னலில் படைக்கப்பட்ட சலந்திரன், பிச்சை எடுத்துக்கொண்டு அழகான பார்வதியையும் எப்படி வைத்துக் கொள்ள முடியுமென்று சிவனைக் கேட்கிறான். பார்வதியைச் சிவனைவிடவும் தான் அருமையாகப் பார்த்துக்கொள்ளக் கூடியவன் என்பதால் அவளைத் தனக்கு விட்டுத் தந்துவிடச் சொல்கிறான். ஆராய்ச்சிக்காகக் காதலை விட்டுத்தருதல் தியாகம் எனச் சிட்டி வசீகரனிடம் கூறுவது இங்கே நினைவுகூரத்தக்கது. வசீகரனைவிடப் பலவிதங்களில் தான் மேலான காதலன் என்பதால் சனாவைத் தனக்கு விட்டுத்தரச் சொல்லிக் கேட்கும் சிட்டியின் படைப்பில் சலந்திரனின் உருவமும் கலந்திருக்கிறது. புராணத்தில் பார்வதியை விழைந்த சலந்திரனின் தலை சிவனால் கொய்யப்படுகிறது. சீதைமேலுற்ற மையலால் ராவணன் மடிகிறான். பெண்ணாசை ஆணை மாய்த்துவிடும் என்ற புராணத்தில் பால் கட்டமைப்புச் சொல்லாடலை மீளக் கூறுவதாகவும் சிட்டியை மாய்க்கும் எந்திரனின் கதையாடல் அமைகிறது.

புராண ஆதிக்கதைகளில் அசுரரும் தேவரும் உடன் பிறந்தவர்கள். சிட்டி வசீகரனின் உருவம் கொண்ட இரட்டை மட்டுமல்ல, தன் தம்பியென்று வசீகரன் அவனைக் குறிப்பிடு கிறான். வசீகரனின் தாய் அவனுடைய தம்பிக்கு வைக்கவிருந்த பெயரை அவனுக்கிடுகிறாள். சகோதரனின் இடத்தில் வைக்கப்படுவதன் மூலம் வசீகரனுக்குச் சமமான இடத்தில் குடும்பத்தில் சிட்டி வைக்கப்படுகிறான். தேவர்களது, அசுரர்களது ஆதிக்கதை வியாச மகாபாரதத்தில் இப்படி வருகிறது: பிரஜாபதி எல்லாரையும் இராட்சசர்களையும்கூட, கடவுளர்கள் வசிக்கிற தர்மத்தில் ஒன்றாகத்தான் படைத்தார். ஆனால் அரக்கர் தலைவர்கள் பாட்டன் பிரஜாபதியின் விதிகளை மீறினார்கள், தர்மத்தைக் குறைத்தார்கள், ஆத்திரத்தாலும் பேராசையாலும். அவர்கள் கடவுளர்களுக்கெதிராக எழுச்சியுற்றார்கள். "பிறப்பால் கடவுளரும் நாங்களும் சமம்" என்று காரணம் சொன்னார்கள் (வியாச மகாபாரதத்தைச் சுட்டி *Doniger 70*) சிட்டி வசீகரனைத் தன் கடவுள் என்று குறிப்பிடுகிறான். "எந்த விதத்தில் என் கடவுளைவிட நான் குறைந்தவன்?" என எதிர்த்துக் கேட்கிறான். கடவுளின் இச்சை அவனது இச்சையுமாகிறது. கடவுளின் விதிகளை மீறுகிறான். கடவுளோடு வசிக்கும் உரிமையும் கடவுளின் உலகமும் அவனுக்கு மறுக்கப்படுகிறது. தன் உலகத்தைத் தானே நிர்மாணித்துக்கொள்கிறான். பொருட்களாலான உலகமாகவும் அது இருக்கிறதென்பது கவனிக்கத்தக்கது. மால்களைக் கொள்ளையடித்துக் குவியல் குவியலாகப் பொருட்களைச் சேர்க்கிறான். "அசுரா" என்கிற வார்த்தையின் அர்த்தத்தை விளக்கும் வகையில் திளைக்க விழைகிறான் ("ர"திளைத்தலையும் "அசு" வாழ்க்கையையும் குறிக்க, "அசுர" என்கிற வார்த்தை "உயிர்மூச்சின் செயல்களில், புலன்களில் திளைத்தல்" என்று கொள்ளும் அர்த்தத்தைச் சங்கரர் உபநிடத நூலொன்றுக்கு எழுதியிருக்கும் உரையில் காணலாம், பார்க்க: *Doniger 72*). கடைசியில் புராணங்களில் பல அசுரர்களுக்கும் நிகழ்வதுபோலத் தண்டிக்கப்படுகிறான்; அகங்காரத்தின் இடமாகச் சொல்லப் படுகிற தலை துண்டிக்கப்பட்டு வெறுஞ்சின்னமாக எஞ்சுகிறது. காட்சி தரும் கடவுளின் உருவத்தில் பொருளாகப் பங்குபெறும் அசுரனின் தலையைப்போல, அறிவியலின் அருங்காட்சியகத்தில் சிட்டியின் தலை காட்சிக்குப் பொருளாகிறது.

இப்படிப் பல கடவுளர் அசுரர் புராணக்கதைகளின் மறுவடிவங்கள் கோக்கப்பட்டிருக்கும் கதம்பம்தானா *எந்திரன்* என்றால் அப்படியில்லை என்றுதான் சொல்லவேண்டும். புராணங்களிலிருந்து பகுதிகளை ஆங்காங்கே எடுத்துத் தைத்திருப்பது மட்டுமல்ல, சமய நம்பிக்கைகளை, அற்புதங்களைப் பகடி செய்யும் வகையிலும் கதையாடல் இருக்கிறது.

எடுத்துக்காட்டாக, கடவுள் என்றால் யார் எனச் சிட்டி கேட்கும்போது நம்மைப் படைத்தவர் என்று பதில் வருகிறது. அப்போது 'இவர்தான் என் கடவுள்' என்று வசீகரனைக் காட்டுகிறான் சிட்டி. படைப்புச்செயல் என்கிற தெய்வச்செயல் புனிதம் நீங்கிய அறிவியல் நடைமுறைத் தளத்தில் சிட்டியின் சொற்களில் அர்த்தப்படுத்தப்படுகிறது. இன்னொரு காட்சியில் ஆலையம்மன் கோயிலில் சிட்டி தன்னைத் தாக்க வருபவர்களின் ஆயுதங்களைக் காந்தசக்தியால் கவர்ந்து, அவற்றைப் பல கரங்களில் ஏந்தியதுபோல நிற்பான். அதைப் பார்த்த பக்தர்கள் ஆலையம்மா என்று கூவியபடி குலவையிட ஆரம்பிப்பார்கள். நகைச்சுவை விளைவுக்காக வைக்கப்பட்டிருக்கிற காட்சிதான் இது என்றாலும் அம்மன் திரைப்படங்களில் பல கரங்கள், ஆயுதங்களுடன் அம்மன் தோன்றும் காட்சிகளைப் பகடி செய்வதாகவும் உள்ளது.

"இழிவு," தன்னிலை, தேசம்

எந்திரனின் கதைக்களம் நவீனத் தன்னிலையின் களமாகவும் சமகால நடப்பியலின் களமாகவும் இருப்பதால் புராணங்களிலிருந்து அது பெரிதும் விலகியுமிருக்கிறது. எப்படியென்று பார்க்கலாம். புராணங்களில் தேவர்களும் அசுரர்களும் தர்மம், அதர்மம் என்கிற இரு துருவங்களைப் பிரதிபலிப்பவர்களாக இருக்கிறார்கள் என்றாலும் அதர்மத்தின், தீதின் உடலாக அசுரர்கள் அவர்களின் இயல்பு நிலையில் அடையாளப்படுத்தப்படுவதை விட, எப்படி எக்காரணங் களால் இந்நிலைக்கு அவர்கள் "தாழ்ந்தார்கள்" என்பதைக் கூறும் கதையாடல்கள் பொதுவாக அதிகம். அரக்கர்களின் பொறாமை, பேராசை போன்றவற்றுக்கு மூலமாகத் தேவர்கள் செய்கிற சதிவேலைகளை நேரிடையாகவோ நுட்பமாகவோ குற்றஞ்சாட்டும் கதையாடல்களும் உண்டு. திரைப்படத்தில் சிட்டி வசீகரனிடம் முறையிடுவதுபோல, தன்னுணர்வு பெறுதலை அவனாக விரும்பித் தேர்ந்தெடுக்கவில்லை வசீகரனால் திட்டமிடப்பட்டுக் கொடுக்கப்பட்டது அது. அதற்குக் காரணமும் உண்டு. ஆனால் அந்தக் காரணம் நவீன அரசியல் யதார்த்தத்தில் வைக்கப்படுகிறது.

சிட்டியை இந்திய ராணுவத்துக்குக் கொடுக்கவேண்டும் என்பது வசீகரனின் முதன்மையான நோக்கம். ஆனால் சிட்டி தன்னுணர்வு பெற்றவுடன் வசீகரனின் நோக்கம் பாழாகிறது. சிட்டி போரை எதிர்க்கிறான்; இராணுவத்தைக் கேள்வி கேட்கிறான். வெடிகுண்டில் ரோஜாமலரை வைக்கும்போது "ரொமாண்டிக்" ஆன போர் எதிர்ப்பு நாயகனாகிறான் அவன். ஆனால் சிட்டியின்

போர் எதிர்ப்பும் அமைதியை, சமாதானத்தை விரும்புதலும், வன்மையைக் கோரும் இந்திய தேசியத்தைத் தூக்கிப்பிடிக்கும் சொல்லாடலுக்குமுன் பொருளிழக்கின்றன. தேசியச் சொல்லாடலில் பங்குபெற மறுக்கும் சிட்டி தேசப்பற்று கொண்ட விஞ்ஞானி வசீகரனால் அப்புறப்படுத்தப்படுகிறான். நல்ல விஞ்ஞானி வசீகரனுக்கு எதிர்நிலையில் கதையில் வைக்கப்படும் விஞ்ஞானி போரரா அறம் வழுவியன் மட்டுமல்ல; அவன் உலகளாவிய தீவிரவாதக் குழுக்களுக்கு முகவர் வேலை செய்கிற ஆயுத வியாபாரிகளின் விஞ்ஞானி. இந்திய தேசம் என்றல்ல, எல்லா நவீனத் தேசங்களின் எல்லைகளுக்கும் எதிராகப் பெயரற்ற, முகமற்ற, பொதுப்படையான தீதாக, எதிரியாக தீவிரவாதம் கட்டமைக்கப்படுகிறது. அதற்குத் துணைபோவதன் மூலம் தேசம் என்று பொருள்கொள்ளப்படுவதன் பரப்புகளை, எல்லைகளை மறுப்பவனாக இருக்கிறான் போரா. இந்திய தேசத்துக்காக இராணுவத்தில் பங்குபெற மறுத்தவுடன் சிட்டி போராவுடன் இணை சேர்க்கப்படுகிறான். கதையாடலில் அதுவரை அமைதியை விழைந்த சிட்டி அரக்கனாகக் காட்டப்படுகிறான். போராவுக்குத் தன் நியூரல் ஸ்கீமாவைத் தந்தவுடனேயே சிட்டி முழுக்கத் தீயவனாக மாற்றப்படுகிறான்.

தன்னிலை: ஜூலியா கிறிஸ்தவாவின் பெண்ணிய அணுகுமுறை

தேசியத்தின் சொல்லாடலை மறுப்பதால் தீமையின் உருவமாகும் சிட்டி மரபார்ந்த அசுரர்களிடமிருந்து மாறுபட்டவன். தர்மமும் அதர்மமும் இங்கே நவீன தேசத்தை, தேச எல்லைகளைக் காப்பதை முதன்மையாக முன்னிறுத்தி அர்த்தம் பெறுகின்றன. படைத்தவனின் காதலியைக் கடத்தல் என்கிற துரோகத்துக்கு உள்ளிடையாக இந்திய தேச எல்லையைக் காக்க மறுக்கிற துரோகம்தான் இருக்கிறது. சிட்டிக்குக் கிடைத்த தண்டனை அந்தத் 'துரோகத்துக்கான' தண்டனையும்கூட. நவீன தேசத்தை வியந்தோதும் கதையாடல் வசீகரனைத் தேசப்பற்று கொண்ட, தேசத்துக்குத் தொண்டு செய்யும், ஒரு ஆதரிசக் குடிமகனாகக் கட்டமைக்க முயல்கிறது. ஆனால், திரைப்படத்தில் இந்தத் தன்னிலைக் கட்டமைப்பு அச்சுறுத்தலுக்கு உள்ளாகியபடியே இருப்பதை நாம் பார்க்கமுடியும். பெண்ணியச் சிந்தனையாளர் ஜூலியா கிறிஸ்தவா (1982) ஒரு தன்னிலை முழுமையடைந்த தன்னிலையாக இருக்கமுடியாது, ஏனெனில் அது உருவாகிற வழிமுறைகளில் அது "இழிவுக்கு" *(abjection)* ஆட்படுத்தப்படும்; ஆகவே தன்னிலையின் எல்லைகள் எப்போதும் உடைந்தும் குலைந்தும்கொண்டிருக்கும் எனக் கூறுகிறார்.

கிறிஸ்தவா முன்வைக்கின்ற தன்னிலையையும் அது காலூன்றியிருக்கும் "இழிவெனும்" தத்துவக் கருத்தாக்கப்

பரப்பையும் சற்று விரிவாகப் பார்க்கலாம். "இழிவு" என்று கிறிஸ்தவா முன்வைக்கும் கருத்தாக்கம் (1982) லக்கானிய உளப் பகுப்பாய்வின் பின்னணியில் வேறுபட்டுத் துலங்குவது. குறிப்பாக, தாயிலிருந்து பிரிந்து தன்னடையாளம் பெறுகிற வகையில் ஒரு சிசு புறவுலகின் பண்பாட்டுக் குறியீட்டொழுங்குக்குள் (சமூகத்தில் புழங்குகிற மொழிக் குறியீடுகள் உள்ளிட்டவை) தாயிடமிருந்து பிரிந்த பதற்றத்தில் எப்படி நுழைகிறது என்பதைச் சொல்வது. தன்னிலை என்று பொருள் கொள்ளப் படுகின்ற இந்தத் தன்னடையாளத்தை உடலை முதன்மை யாகக் கொண்ட ஒன்றாகப் பார்க்கிறார் கிறிஸ்தவா. சிசு தன் தாயின் உலகத்திலிருந்து அந்நியப்பட்டுப் பண்பாட்டுக் குறியீட்டொழுங்கின் உலகத்துக்குள் நுழைய வேண்டுமென்றால், முதலில் அதன் தாயின் உடலிலிருந்து அதன் உடல் வேறுபட வேண்டும். அதாவது, சிசு தன்னுடைய அடையாளத்தைப் பெற தாயின் உடலிலிருந்து அதன் உடல் வெளித்தள்ளப்பட வேண்டும். இரு உடல்களையும் வேறுபடுத்தும் எல்லை வரம்பு, பிரிவுக்கோடு நிறுவப்படவேண்டும். ஆனால் தாயின் உடல் மீது/உடலோடு, பால் முதலிய உணவுக்காகவும் மூத்திரம்/மலம் போன்ற கழிவுகள் களையப்படவும், சிசு சார்ந்திருப்பதால், தாயின் அடையாளத்துக்குள் அது அடையாளமின்றி உள்வாங்கப்பட்டிருக்கிறது. தெள்ளியதான எல்லைக்கோடுகள் புரிபடாத, குழப்பமான, தற்சார்பற்ற, தான் யாரென்று தெரியாத நிலை சிசுவிடத்தில் பீதியையும் ஈர்ப்பையும் ஒருங்கே உருவாக்குகிறது. தாயின் உடலோடிருப்பது தருகிற ஈர்ப்பு, தன் அடையாளம் இன்னும் புரிபடாத பீதி என்ற அல்லாட்டம் நடக்கிறது. பீதி, ஈர்ப்பு என்கிற எதிர்மறை உணர்வுகளின் ஊடாட்டத்தில், இவையிரண்டும் கலந்துகட்டிப் பெருகும் ஆற்றலின் பரப்பில்தான் ஓர்மையின்றித் தன்னிலை உருவாகிறது என்பதே கிறிஸ்தவாவின் கருத்தாக்கம். இதுவென்றோ அதுவென்றோ சுட்டப்பட முடியாமல், இத்தகைய சுட்டுதல் களுக்கு முன்னதான இருப்பாய், முன்னதான இடமாய், எல்லையற்றதாய், இடைப்பட்டதாய், ஓர்மையற்ற தன்னிலை உருவாகும் வழிவகையில் செயற்படும் ஆற்றலையே "இழிவு" அல்லது *abject* என்று முன்மொழிகிறார் அவர். (*Subject x Object* என்கிற பேதம் நிறுவப்படாத இடம் *abject*. தமிழில் இச்சொல்லுக்கு "இழிவு" என்பதைக் காட்டிலும் இன்னும் பொருத்தமான சொல் இருக்கலாம்.)

சிசு வளர்கையில் சரியான முறையில் கழிவகற்றுதல், வேளாவேளைக்குத் தானே உண்ணப் பழக்குதல் போன்றவற்றைப் பயில்கிறது. என்றாலும், இவையெல்லாம் பயிலப்படுவதால் தாயுடல் நீக்கம் செய்யப்பட்ட பின்னும் அதாவது சிசு

வளர்ந்த பின்னும், "இழிவின்" பீடிப்பிலிருந்து தன்னிலை விலக முடிவதில்லை. உடல் மையத் தன்னிலைக்கு ஒருமையும் ஓர்மையும் நிறைவேறாத கனவுகளாக மட்டுமே எஞ்சிவிடு கின்றன. ஏனெனில், "தன்னுடையது" என்று குறிக்கப்படுகிற உடலுக்கும் பிறவற்றுக்குமான தெள்ளிய பிரிவு எப்போதைக்கும் இயலாது போகிறது, இல்லாது போகிறது. மூத்திரம், மலம், தூமை, கண்ணீர், வியர்வை, விந்து, வாந்தி போன்றவற்றைக் கருதினோமானால் உடலின் "தக்க" எனக் கருதப்படும் சுகாதாரம் சார்ந்த தூய தன்மையைப் பாதிக்கின்றவையாக இவை நமக்குத் தோன்றும். மேலோட்டமான இந்தப் புரிதலுக்கப்பால், இவை உடலின் ஓர்மையை வடிவமைக்கிற சுற்றுவட்டக் கோட்டின் ஓட்டைகளை, உடைவுகளைக் காட்டித் தருபவை; உடலின் வரம்பெல்லை என்று நாம் எண்ணிக்கொள்வதைக் கலைப்பவை; உடலுக்குள் இருக்கும், வெளியே தள்ளப்படும் கழிவுகள் தான் x மற்றமை என்ற பிரிவினையை, அதன் அர்த்தத்தைக் குழப்பத்துக்கு உள்ளாக்குபவை. "இழிவு" என்பதை அருவருப்பை உண்டாக்கும் தூய்மைக்கேடு என்று எண்ணுவது குறுக்கிப் பார்த்தல். உண்மையில், எல்லைகள் என்று நாம் கருதிக்கொண்டிருப்பவற்றைக் குலைப்பதையே "இழிவின்" இருப்பாக, ஆற்றலாகப் புரிந்துகொள்ள வேண்டும். உடற்கழிவுகள் போன்றவை "இழிவின்" இத்தகைய அச்சுறுத்தும் பீடிப்பை நினைவூட்டுகின்றன, பிரதிநிதித்துவப்படுத்துகின்றன.

"இழிவின்" ஆகத் தீவிரமான வடிவமாகப் பிணத்தைச் சொல்கிறார் கிறிஸ்தவா. "கடவுளை நீக்கிவிட்டும்," "அறிவியலுக்கு வெளியேயும்" வைத்துப் பார்க்கையில், பிணம், வாழ்வைப் பீடிக்கும் சாவின் நோய்த்தொற்றாக உள்ளது என்கிறார் அவர். வாழ்வுக்கும் சாவுக்குமிடையே, தெளிவற்று இவ்விரண்டுக்குமான எல்லைக்கோட்டை அத்துமீறுவதாக, ஆகவே வாழ்வைப் பாதிக்கும் தொற்றாகப் பிணம் உள்ளது. *Subject / Object* இடையிலான வேறுபாட்டை அர்த்தமில்லாமலாக்கும் பிணம், மனித அடையாளம் என்பதையே கேள்விக்குள்ளாக்குகிறது என்பது அவர் கருத்து.

எந்திரன் திரைப்படத்தில் மனித அடையாளத்துக்குச் சவால்விடுவதாக ரோபாட் இருக்கிறது. சிட்டியை மெஷின் மெஷின் என்று திரும்பத் திரும்பத் திட்டுவதன் மூலம், அவனை/அதனை "இயந்திரம்" என்ற ஒரு வரையறைக்குள் வசீகரன் வைக்கப் பார்ப்பது குறிப்பிடத்தக்கது. ஆனால் அந்த வரையறை வசீகரனுக்கே குழப்பமாகத்தான் இருக்கிறது. சிட்டியைக் குப்பையில் கடாசிவிட்டுப் பின் சனாவிடம் பேசும்போது தான் சிட்டியை மெஷினாக நினைக்கவில்லை

என்று வசீகரன் கூறுகிறான். மனிதனைப் போல், ஏன் மனிதர்களைவிடவும் பல செயல்களைச் சிட்டி சிறப்பாகச் செய்கிறான். விதவிதமாகச் சமைக்கிறான்; சிகையலங்காரம் செய்துகொள்கிறான்; நாட்டியமாடுகிறான்; சண்டையிடுகிறான்; அன்பு பேணுகிறான். சிட்டி, மனிதத் திறமைகளும் உணர்வுகளும் கொண்ட தனிச்சிறப்பான இயந்திரமா, அல்லது மனிதருக்கும் மேம்பட்ட வேறு புது உயிரியா? எந்திரன் என்ற பெயரே இந்தத் தெளிவின்மைக்குச் சான்று. இதில் எதுவாக இருந்தாலுமே மனிதன் என்கிற இருப்பின் வகைமையை அச்சுறுத்துவது அது. மனித அடையாளத்தில் அத்துமீறுவது அது. "இழிவின்" உருவாக இருக்கும் எந்திரன் இதுவரை மனிதனால் மட்டுமே முடிந்த இனப்பெருக்கத்தையும் செய்யும் திறனைப் பெற்றவுடன் "இழிவின்" உச்ச வடிவை அடைகிறது. மனித வாழ்வின் மீதான பிணத்தின் அத்துமீறலுக்கு இணையாக இயந்திரம்/உயிரியின் இந்த அத்துமீறலைச் சொல்லலாம். மனித வாழ்வுக்கும் சாவுக்குமிடையிலான கோட்டைக் குலைக்கும் வகையில் பிணம் இடம் கொள்கிறதென்றால், மனித வாழ்வுக்கும் மனித வாழ்வற்ற வேறொரு பரிச்சயமற்ற உலகத்துக்குமான பிரிவுக்கோட்டை எந்திரன் குழப்புகிறது, குலைக்கிறது.

தமிழ் அழகியலில் மனித வாழ்வு வகைமைப்படுத்தப் பட்டிருக்கிற அகம், புறம் ஆகிய இரு குறியியல் புலங்களிலும் கதையாடலின் நாயகனான வசீகரனின் அடையாளம் எந்திரனால் பிரச்சினைக்குள்ளாகிறது. உருவத் தோற்றத்தில் வசீகரனைப் போலச் செய்த (செய்யப்பட்ட) எந்திரன், வசீகரனின் காதலுக்கு, அதாவது அகத்துக்கு உள்ளே ஊடுருவப் பார்க்கிறது. கடத்தப்பட்ட சனாவுக்கு வசீகரன் யார், சிட்டி யார் என்று புரிபடாத அடையாளக் குழப்பம் இதற்குச் சான்று. காதலை, அகத்தைப் பீடித்த "இழிவின்" தொற்று என்று இக்குழப்பத்தைச் சொல்லலாம்.

ஆனால் திரைக்கதையின் சொல்லாடலில் சனாவுக்கும் வசீகரனுக்கும் இடையிலான அக உறவைப் பீடிக்கும் இந்தத் தொற்று பெண்ணை மையப்படுத்தி இருக்கிறது. அதே நேரத்தில், இத்தொற்று வசீகரனின் புற அடையாளத்தைப் பாதிக்கின்ற தொற்றின் நீட்சியும்கூட. புறத்தின் புலத்தில் வசீகரன் தேசத்தின் ஆதரிசக் குடிமகனாக இருக்க முயல்கிறான். இந்திய இராணுவத்துக்கு எந்திரனை அனுப்பிவைக்கும் கடமையை அவன் நிறைவேற்றும்போதுதான் ஆதரிசக் குடிமகன் என அவன் தன்னிலை முழுமையாக உருப்பெறும்; அப்போதுதான் அந்தத் தன்னிலை உறுதிப்படுதலும் சாத்தியமாகும். இராணுவத்தின் இன்றியமையாத பணி நாட்டின் எல்லைகளைப் பாதுகாத்தல், தேசத்தைக் கட்டிக்காத்தல். திரைப்பட வசனத்திலும் இப்பணி

சுட்டப்படுகிறது. வசீகரனிடமிருந்து எந்திரனைப் பிரிக்க, எந்திரனின் பொறாமையைத் தூண்டும் வகையில் போரா பேசுகிற வசனம் இது: “வசீகரன் சனாவோடு காஷ்மீருக்கு ஹனிமூன் போவான். நீ காஷ்மீர் எல்லையில் இராணுவத்துக்கு ரொட்டி சுட்டுக்குடு.” இந்த உரையாடலுக்குப் பின் அடுத்த நாள் இராணுவ அதிகாரிகளுடனான நேர்காணலில் எந்திரன் இராணுவத்துக்குத் தன்னைத் தகுதியற்றதாகச் செய்துகொள்கிறது. காஷ்மீரில், அதாவது எல்லையில் பாதுகாத்தபடி எந்திரன் இருக்கும்போதுதான் புறவாழ்வில் வசீகரனின் ஆதரிசக் குடிமகன் என்னும் தன்னிலை அடையாளம் முழுமைப்படும். ஆனால் நாட்டின் எல்லையில் இருக்க மறுத்து வசீகரனின் ஆதரிசக் குடிமகன் எனும் தன்னிலையைத் தொற்றாகக் கெடுக்கும் எந்திரன், திருமணத்தன்று சனாவைக் கடத்துவதன் மூலம் வசீகரனுக்கும் அவளுக்குமான அகவாழ்வின் தொற்றாகவும் பருண்மை வடிவம் கொள்கிறது. தேசத்தின் எல்லையை மதிக்காதிருத்தல் குடும்ப எல்லையை அத்துமீறுவதாகவும் ஆகிறது.

தொற்றாய் அச்சுறுத்தும் “இழிவு” படத்தின் இறுதியில் பகுதி பகுதியாக உடைக்கப்படுகிறது. அக, புறப் புலங்களிலிருந்து அது நீக்கப்படுவதாக, அகற்றப்படுவதாகத் தோன்றலாம். எந்திரனைப் போல வேறு ரோபாட்களைச் செய்ய வசீகரனுக்குத் தடை விதிக்கப்படுகிறது. அதாவது வசீகரன் ஆதரிசக் குடிமகனாக இனியெப்போதும் இருக்க முடியாது. அதே நேரத்தில், அகற்றப்பட்டதைப் போலத் தோன்றுகிற “இழிவு” அகற்றப்படுவதுமில்லை. அருங்காட்சியகத்தில் இன்னும் அது பின்னணியில் எஞ்சி, எட்டிப் பார்த்தபடி இருக்கிறது.

நவீன தேசத்தை, தேசத்தின் கட்டமைப்பை இராணுவம் போன்ற அமைப்புகளால், நவீன அறிவியல் மற்றும் தொழில் நுட்பம் சார்ந்த அறிவால் காக்கக் கோருகிற சொல்லாடலை *எந்திரன்* திரைப்படம் முன்வைக்கிறது. அறிவியல் புனைவாக்கம் என்று பரவலாக அறிமுகப்படுத்தப்பட்ட, அறியப்பட்ட *எந்திரனில்* நிகழ்த்துக் கலையின் சுவைகளும் கதைமரபுகளும் புராணங்களும் ஆங்காங்கே எடுத்தாளப்பட்டிருந்தாலும் அவை இந்தச் சொல்லாடலுக்கு நிகழ்த்துச் சூழலாகவே திரைப்படத்தில் பயன்பட்டிருக்கின்றன.

ஊடகச் சந்தைக்கு ஏற்ற வகையில் தேசத்தின் அருமை, பெருமையை விமர்சனமின்றி வியந்தோதும் கருத்தியல் மேலே குறிப்பிட்ட சொல்லாடலில் ஊடுபாவியிருக்கிறது என்பது தெளிவு. என்றாலும், “ஆதரிசக் குடிமகன்” என்னும் பிம்பத்தைத் தக்கவைக்க முடியாது போனதால், இக்கருத்தியல் உள்ளீட்டுப்

பொருண்மையற்றதாக, ஆகவே விளைவாக, கதையாடலில் ஒரு ஆவியுருவாக மட்டுமே வட்டமிடுகிறது. ஆதரிசம், தன்னிலை அடையாளம், ஒழுங்கு, எவையாக இருந்தாலும் அவற்றின் மெலிந்த, எளிதில் உடைபடக்கூடிய தன்மையை அம்பலப் படுத்தும் "இழிவின்" ஆற்றலுக்கு முன் தேசக் கருத்தியலாக இருந்தாலுமே அது எம்மாத்திரம்?

(இக்கட்டுரை காட்சிப்பிழை இதழில் [மே, 2014] வெளிவந்தது.)

உதவிய நூல்கள், கட்டுரைகள், திரைப்படம்

எந்திரன். இயக்கம்: சங்கர். தயாரிப்பு: கலாநிதி மாறன். 2010.

Doniger, Wendy. *The Origins of Evil in Hindu Mythology.* Delhi: Motilal Banarsidass, 1976.

Kristeva, Julia. *Powers of Horror: An Essay on Abjection.* New York: Columbia University Press, 1982.

Lutgendorf, Philip. "Is There an Indian Way of Filmmaking?" *International Journal of Hindu Studies,* Vol. 10. 3 (Dec., 2006): 227-256.

6

தாயகம் கடந்த எழுத்து: வீடு, புறவெளி, பெண் அடையாளம்

ஏதோ ஒரு நாள் அடிக்கப்பட்டு, தோற்கடிக்கப்பட்டு ஊர்ந்தபடி வீடு திரும்பலாம் நான், ஆனால் என் உடைந்த நெஞ்சத்திலிருந்து கதைகளைத் துயரத்திலிருந்து அழகை என்னால் உருவாக்கமுடிகிற வரையில் அது இல்லை. (சில்வியா ப்ளாத், சுருக்கப்படாத குறிப்புகள்)

இக்கட்டுரையின் இயங்கு தளங்களை முதலில் கூறிவிடுகிறேன். பெண்ணியம் என்றவுடன் பெண் எழுத்தாளர்களின் எழுத்தை மட்டும் விசாரிக்கும் தமிழ்ச் சூழலின் பரவலான விமர்சனப் போக்கை இக்கட்டுரையும் பிரதிபலிக்கிறது. ஒரு எழுத்தாக்கத்தைப் பாலின வகைப்பட்ட எழுத்துச் செயல்பாடாக எழுத்தாளரின் பால் எனும் சாராம்சத்தை வெளிக்காட்டுவதாகப் பார்ப்பதோடு எனக்கு உடன்பாடில்லை. மேலும் 'ஒரு பெண் எழுத்தாளரின் ஆக்கம் பெண்சார்பு நிலைகளோடு செயல்படும், ஆனால் ஆண் எழுத்தாளரின் ஆக்கம் அப்படியில்லை' என்று பால் இருமையைப் படைப்பின் இருமையாக மாற்றிப் பொதுப்படையாக நிறுவுதலிலும் எனக்கு ஒப்புதலில்லை. பெண் உணர்வுகளை, சார்புநிலைகளை முன்வைக்கிற ஆண் எழுத்தாளர்களின் கதைகள் (அரிதாகவேனும்)

நம்மிடமிருக்கின்றன. உடனடியாக நினைவுக்கு வருவன: புதுமைப்பித்தனின் 'வாடாமல்லி,' 'அகல்யை,' அசோகமித்திரனின் விமோசனம்,' சமீபத்தில் வெளிவந்த திலீப்குமாரின் புதினமான 'ரமாவும் உமாவும்'.

என்றாலும் பெண் எழுத்தாளர்களின் எழுத்துகளை மட்டும் இங்கே ஆய்வுக்கு எடுத்துக்கொள்வதற்குச் சில முகாந்திரங்கள் உண்டு. முதலில், சில வருடங்களாகத்தான் பெண் எழுத்தாளர்களின் எழுத்துகள் தமிழ் இலக்கியச் சூழலில் பேசுபொருளாகியிருக்கின்றன, இன்னமும்கூடப் பிரபல ஆண் இலக்கியவாதிகள் தருகிற மையநீரோட்டத் தரவரிசையில் பெண் எழுத்தாளர்கள் இடம்பெறுதல் அபூர்வமாகவே இருக்கிறது, தவிர, அப்படி இடம்பெறுதல்கூடச் சாதி, நட்புவட்டம், பிராந்தியம் போன்றவற்றைக் கருத்தில்கொண்டு செய்யப்படும் சைகையளவாக இருக்கிறது. பெண் எழுத்தாளர்களின் எழுத்து குறித்த, பெண்ணியம் குறித்தத் தீவிர ஆய்வுகள், வாசிப்புகள், விமர்சனங்கள் கருதத்தக்க அளவில் நம்மிடையே இல்லை. எனவே அரசியல் நிலைப்பாடாகப் பெண்களின் எழுத்தை முன்நிறுத்தவேண்டிய தேவையிருக்கிறது. மேலும் ஒரு எழுத்தாக்கத்தில் எழுத்தாளரின் பால் என்பதன் கையெழுத்துக்கு இடமில்லையென்றாலும், அந்த ஆக்கம் வாசிப்புப் பிரதியாகத் துலங்கும்போது பல சமயங்களில் அதனை வாசகர் அர்த்தப்படுத்திக்கொள்ளும் வழிமுறைகளில் ஒரு முக்கியமான சட்டகமாக எழுத்தாளரின் பால் செயல்படுகிறது. உதாரணமாக குடும்பத்தின் ஆண் செலுத்தும் வன்முறை, பெண் பாலியல் போன்றவை இடம்பெறும் ஆக்கம் ஆண் எழுத்தாளரை விடப் பெண் எழுத்தாளரிடமிருந்து வரும்போது கூடுதல் முக்கியத்துவத்தை, ஈடுபாட்டை வாசிப்பின்போது பெறுவதைப் பார்க்கிறோம்.

தாயகம் கடந்த பெண் எழுத்தாளர்களின் எழுத்துகளை (குறிப்பாக, சில சிறுகதைகள், ஒரு குறுநாவல்) ஆராய முயலும் இக்கட்டுரை அவற்றைப் பற்றிய விரிந்த சுற்றுப் பார்வையை வைப்பதாக எழுதப்படவில்லை. எடுத்துக்கொண்ட சில கதை களின் கதையாடல்களில் பெண் பார்வையில் புலம்பெயர்ந்த வெளியும் வீடும் எப்படிப் பங்குபெறுகின்றன; எத்தகைய அனுபவங்கள், ஞாபகங்கள் மையப்படுத்தப்படுகின்றன; பாலியல்கள், பால் அடையாளங்கள், சகோதரத்துவ ஒன்றிப்பு கதையாடலில் எவ்வகைகளில் உருவாக்கப்படுகின்றன; இவை உருவாக்கப்படுகிற வழிமுறைகளில் தமிழ்ச் சமூகப் பண்பாட்டு நியதிகள் என்று கருதப்படுபவை எவ்வாறு செயல்படுகின்றன; இவற்றில் எவ்வகையான குறுக்கீடுகள் நடக்கின்றன முதலிய கேள்விகளைச் சரடுகளாக்கி நகர்கிறது இக்கட்டுரை.

இடம்பெயர்தலின் சமூக, பண்பாட்டுக் கூறுகளும் ஞாபகங்களும் பதிந்திருக்கக்கூடிய சொல்லாடற் களம் இலக்கியம் என்கிற புரிதல் இக்கேள்விகளின் அடிப்படை. இக்கட்டுரையில் குறிப்பிடப்படும் எழுத்தாளர்கள் அவர்களின் ஆக்கங்களில் தத்தம் தாயகங்களை யும் எழுத்துச் சட்டகங்களாகக் கொண்டிருக்கிறார்கள். எனினும் கட்டுரை வகைமையின் பக்க எல்லைகளும் தாயகம் கடந்த எழுத்து குறித்த என் ஆர்வமும் கட்டுரையின் பேசுபொருளைத் தீர்மானித்திருக்கின்றன.

ஆங்கிலத்தில் *diaspora* என்ற வார்த்தை *dispersion* அதாவது பரவுதல், தாயகத்திலிருந்து புலம்பெயர்ந்து பரவியிருத்தலை எளிய பொருளில் குறிக்கிறது. ஆனால் இந்தப் பரவியிருத்தல் என்பது “இங்கிருந்து” “அங்கு” என்று பயணம் மூலமாகப் பிறிதொரு புலத்தில் உடல்ரீதியான நிலைகொள்ளுதல் என்று நாம் புரிந்து கொண்டால் அது எளிமைப்படுத்துவதாக இருக்கும். மேலும் ஒரு சமூகத்திரளை, ஒற்றைப் பண்பாட்டை, ஒரு பிராந்தியத்தை வைத்துப் புலம்பெயர்ந்தவர்களைப் பெட்டிகளிலிட்டு அடையாளப்படுத்தல் வசதியென்றாலும் அப்படிச் செய்வதி லிருக்கும் பிரச்சினைகள் புலம்பெயர்தல் ஆய்வுகளில் பேசப்பட்டிருக்கின்றன. முக்கியமாக இன்றைக்கிருக்கும் உலகமயச்சூழலில் “மனிதர்களும் பொருட்களும் பணமும் தகவலும் தொடர்ச்சியான சுழற்சியில்” இருக்கும்போது, நாடுகடந்த சுற்றுகளையும் அவற்றின் சிக்கலான பண்பாட்டு உருவாக்கங்களையும் நாம் காணவேண்டிய தேவையிருப்பதை ஆராய்ச்சியாளர்கள் சுட்டிக்காட்டியிருக்கிறார்கள்.

தவிர, புலம்பெயர்தல் (*diaspora*) என்பதற்கும் குடிபுகுதல் (*immigration*) என்பதற்கும் இடையிலான சொல்லாடல் வேறுபாட்டை உணர்தலும் அவசியம் (இக்கட்டுரையில் இனி வரும் பத்திகளில் இப்பதங்களை மேற்குறிப்பிட்ட ஆங்கிலச் சொற்களுக்கு ஈடாகப் பயன்படுத்துகிறேன் என்பதை நினைவில் கொள்ளவும்). பின்நவீனத்துவச் சிந்தனையை மானுடவியல் ஆய்வில் பதிக்கும் ஜேம்ஸ் க்ளிஃபர்ட் இந்த வேறு பாட்டைப் பற்றி எழுதும்போது, நினைவேக்கமும் இழப்பும் புலம்பெயர்ந்தவர்க்கும் குடிபுகுந்தவருக்குமானவை என்றபோதும் புலம்பெயர்ந்த நாட்டின் தேசியச் சொல்லாடலுக்கு முற்றிலும் அந்நியமானவர்களாகப் புலம்பெயர்ந்தவர்கள் இருக்கிறார்கள் என்கிறார் (Clifford 1994, 307). குறிப்பாக இடம்பெயர்தலின், வன் இழப்புகளின் கூட்டு வரலாற்றைக் கொண்டவர் களைப் புலம்பெயர்ந்தவர்களாக வரையறுக்கும் க்ளிஃபர்ட், அவர்களின் வலியை, புலம்பெயர்ந்த இடத்தின் அனைவரையும் உள்ளிழுக்கப் பார்க்கும் தேசியச் சொல்லாடல் எளிதில்

ஆற்றிவிடமுடியாதது எனக் கூறுகிறார் (307). இப்படியான கொடிய வரலாறுகளின் பின்னணியில் புலம்பெயர்ச் சொல்லாடல் சார்ந்த வேர்களையும் வழிகளையும் பின்னிப் பிணைந்து மாற்றுப் பொதுவெளிகளை, குழு விழிப்புணர்வை, ஒன்றிப்பை உருவாக்குகிறது; விளைவாகப் புலம்பெயர்ந்த இடத்தில் வித்யாசத்தோடு வாழ கால/வெளிகளைத் தாண்டிய அடையாளங்களைப் புலம்பெயர்ந்தவர்கள் பராமரிக்க முடிகிறது (Clifford, 308). மேலும் அவர்களுக்கான தனித்த அரசியல் போராட்டத்தோடு–தேசத்துக்கான போராட்டமாகவும் அது இருக்கலாம்–ஒன்றிணைந்து இயங்கக்கூடியவர்களாகவும் புலம்பெயர்ந்தவர்களிருக்கிறார்கள் (Clifford, 307–8). வாழும் இடத்திலிருந்து அகற்றப்படுதல், உடைமைப் பறிப்புகள், இவற்றின் நீண்ட வரலாறுகளும் வம்சாவளிகளும் புலம்பெயர் தன்னிலைகளை வரையறை செய்வதாக கனேடியப் பேராசிரியர் லிலி சோவும் கருதுகிறார் (2007, 14). மேலே கூறியவற்றின் அடிப்படையில் ஈழத் தமிழர்களையும் இந்திய தமிழகத் தமிழர்களையும் "புலம்பெயர்ந்தவர்கள்" என்ற ஒரே வகைமைக்குள் கொண்டுவருவது பிரச்சினைக்குரியதாக இருக்கிறது. இந்தியத் தமிழர்களைக் "குடிபுகுந்தவர்கள்" என்று கொண்டோமானால், அவர்கள் கட்டமைக்கிற பொதுவெளிகளை வேறுபடுத்திப் பார்க்கவேண்டியிருக்கிறது.

ஆணின் 'வரைபட'த்தில் பெண் எனும் பயணி

தமிழ் வம்சாவளியினரைப் பொறுத்தவரை இடம் பெயர்தல் என்பது பெண்பால் அடையாளத்தை உறுதிப்படுத்தும் பண்பாட்டு விதியாக உள்ளது. திருமண பந்தத்தில் கணவனின் வசிப்பிடத்தில் 'பெண்' போய்ச் சேர்வது இயல்பாகவே கருதப்படுகிறது. வீடு இடவாகுபெயராகக் குடும்பத்தை, குறிப்பாக மனைவியைச் சுட்டுகிறது. இல்லாள் என்னும் சொல் இல்லத்திலிருப்பவளாக மனைவியை அடையாளப்படுத்துகிறது. இல்லான் என்ற ஆண்பால் சுட்டுதல் இப்பொருளில் பயில்வ தில்லை. மேலும், பெண்ணைப் பொறுத்தவரை, "வீடு" உறைவிடம் என்பதன்றி அந்தச் சொல்லுக்கிருக்கும் "விட்டு விடுதலை" என்ற பிறிதொரு சுட்டுப் பொருளைக் குடும்பத்துக்கு நீட்டித்துப் பார்த்தால் ஒருவேளை அவளது தாய் வீட்டையும் அது சார்ந்த நிலத்தையும் குறிக்கலாமே தவிர கணவன் வீட்டையோ, அது சார்ந்த நிலத்தையோ குறிப்பதாக அமைவதில்லை. சந்திரா இரவீந்திரனின் 'யாசகம்' ([2001] 2011) கதையில் வரும் வீடு அம்மாவின் நினைவுகளோடு கூடிய வீடு. முற்றத்து வேப்பமரக் கிளைகள், அம்மாவின் மூக்குத்தி ஒளிரும் சமையலறை, ஊஞ்சலின் ஒய்யார ஆட்டம் இட்டுச்செல்லும் மனத்தின் வானுயரம்,

வெள்ளை மணற்கும்பி தந்த நிசப்த வேளைகள், ஏகாந்தம். ஆனால் இவையனைத்தும் திருமணத்தில் தொலைந்துவிடுகின்றன. இயல்பான சிறகுகள் வெட்டப்பட்டுவிட, தனது ஆண்பாதி தரும் சிறகைக் "கடன் வாங்கி" அணிய வேண்டிய நிர்ப்பந்தம் அவளுக்கு (93). அவளை அவளாகவே "பறக்கவிட்ட" அவளது அன்னையின் அண்மைக்கான யாசகம், அன்னையோடான ஒன்றிப்புக்கான யாசகமாகிறது (93). சுதந்திரத்தைச் சுட்டும் மிகவும் வழமையான கற்பனைவாத உருவகமான வானமும் பறத்தலும் கதையாடலில் வருகின்றன. இவற்றுக்கு நேரெதிராக நகர்தலைக் கண்காணிக்கும் "மாயப் பலகையொன்று எச்சரிக்கை யுடன்" அவள்முன் நடப்பட்டிருப்பதும் சொல்லப்படுகிறது (88). அவள்மீது "நெருப்புத் துகள்களோடு நகர்"வதாகச் சொல்லப் படுகிற இரு கண்கள் வேறென்ன, கணவனுடையதாகத்தான் இருக்கவேண்டும் (88). அவளது வாழ்வுக்கு அவன் வரைபடமிட்டுத் தந்திருப்பதாகக் கூறுகிறாள் கதைசொல்லி (88). கணவனின் வரைபடத்தில் கண்காணிப்புப் பார்வையில் அவளற்ற அவளின் பயணமாக நகர்கிறது வாழ்க்கை.

எனினும் நகைமுரணாக அவளுக்கு வாழ்க்கை "அழகாக" இருக்கிறது: "லண்டன் பூங்காக்களில் பூத்துக் குலுங்கும் பெயர்தெரியாத மரங்களைப்போல, வாசனையேதுமற்ற வண்ணப் பூக்களைப்போல, மொழிமறந்த உதடுகள் தரும் கவர்ச்சிப் புன்னகையைப்போல" அழகு அது எனலாம் (89). பெயர் தெரியாத மரம் பசுமையென்றாலும் அந்நியம், வண்ணமிருந்தாலும் வாசமிலா மலர்கள், மொழித்திறனைக் கைவிட்ட உதடுகள். திருமண உறவில் அந்நியப்படுதலும் காதல் நீக்கமும் பயனற்ற மேம்பூச்சுத் தன்மையும் இடம்பெயர்ந்திருக்கும் புலத்துக்கான வர்ணனைகளாகிவிடுகின்றன. விளைவாக, கதையின் பின்னணி யாக மாத்திரமின்றி அகத்தின் நீட்சியாகக் கதையாடலில் பங்குபெறும் இன்றியமையாத கதாபாத்திரமாகிவிடுகிறது புறவெளி.

சந்திராவின் சிறுகதை புலம்பெயர்ந்திருக்கும் பெண்ணின் மன உணர்வுகளைச் சித்திரிக்கிறது என்று சொல்லிவிடலாம். ஆனால் பெண்ணைப் பொறுத்தவரை புலம்பெயர்தல் இரண்டு பரிமாணங்களில் செயல்படுவதைக் கூர்ந்து நோக்க வேண்டும். புலம்பெயர்தலை ஒரு குழு சந்தித்திருக்கும் பொதுவான வன் இழப்புகளின், இடம்பெயர்தல்களின் கூட்டுவரலாற்றைக் குறிக்கும் குறியீட்டுச் செயல் என்று பொருட்கொண்டால், இந்திய அல்லது தமிழ்ச் சமூகத்தில் திருமண நிமித்தத்தால் பிறந்த இடத்திலிருந்து பிய்த்து வேறிடத்தில் நடப்படுகிற– சந்திராவின் கதைசொல்லியின் வார்த்தைகளில் சொன்னால்

“சிறகுகள் வெட்டப்படுகின்ற” – வன் இழப்பை, உளக் காயத்தைக் காலம்காலமாகச் சந்தித்துவரும் பெண்கள் அனைவருமே தத்தம் தாயகங்களில் இருந்தாலும் புலம்பெயர்ந்தவர்கள் என்ற வரையறைக்குள் வந்துவிடுகிறார்கள்.

தமிழ்ப் பண்பாட்டுச் சூழல்களில் ஒரு பெண்ணின் புலம்பெயர்தல் என்பது அவள் திருமணத்தை முன்னிட்டு நடக்கும் ஒன்றாக இருப்பதால், இத்தகைய பண்பாடு சார்ந்த புலம்பெயர்தலோடு ஒரு நாட்டிலிருந்து இன்னொரு நாட்டுக்குப் புலம்பெயர்தலும் சேர்ந்துவிடும்போது, அவளைப் பொருத்து தாயகம் நீங்குதலோடு தாயிடத்தை நீங்குதலும் சேர்ந்துவிடுகிறது. இந்நிலையில் புலம்பெயர்தல் இரட்டைத் தன்மை கொள்கிறது. இந்த இரட்டைத் தன்மை அவள் சந்திக்கும் இழப்புகளிலும் பிரதிபலித்து கூடுதல் மன அழுத்தத்தையும் நினைவேக்கத்தையும் தரக்கூடியதாக உள்ளது. இந்த இரட்டைத்தன்மை தன்னளவில் தனித்த ஆய்வைக் கோரும் பொருளாக இருக்கிறது.

குடிபுகுதலும் தேசியச் சொல்லாடலும்

இழப்புகளைப் பொருத்து ஒரு வேறுபட்ட சுவாரசியமான கதையாடலாக, புலம்பெயர் வெளிச் சொல்லாடலுக்கு எதிர்ப்புள்ளியில் விரிகிறது காஞ்சனா தாமோதரனின் ‘ஒரு அமெரிக்க நெடுஞ்சாலைப் பயணம்’ (2009). சற்று விரிவாகப் பார்ப்போம். இந்தக் கதையில் 11 செப்டம்பர் 2001இன் நியூயார்க் இரட்டைக் கோபுரத் தாக்குதலில் கதைசொல்லியின் கணவன் மறைகிறான். அத்தோடு அவள் ஓவியக்கலையில் தான் கொண்டிருக்கும் ஊக்கத்தை இழக்கிறாள். சில வருடங்களுக்குப் பின் “அகத்தூண்டல்கள் அற்றுப்போக”,“திட்டமோ இலக்குகளோ இல்லாத” நெடுஞ்சாலைப் பயணத்தில் அமெரிக்காவின் பலபண்பாட்டுக் குடியினரையும் அவள் சந்திக்கிறாள். கதையாடலில் மெய்ன், மிஸிஸிப்பி, வர்ஜினியா என்று விரியும் நிலப்பரப்புகள் வெவ்வேறுவகை இழப்புகளைச் சங்கிலியாகக் கோத்து அவள்முன் காட்சிப்படுத்துகின்றன. அமெரிக்கப் பூர்வகுடியினரின் பல வருடங்களுக்கு முந்தைய நில இழப்புகளும் இன அழிப்பும், சமகாலத்திய கேத்ரினா புயலில் கிராமங்கள் சந்தித்த இழப்புகளும் இச்சங்கிலியின் சில கண்ணிகளாக வருகின்றன. கதைசொல்லியை ஆற்றுப்படுத்தி, உலகோடு அவள் ஒத்திசைந்து வாழ அமெரிக்காவின் பூர்வகுடியினர் செய்யும் மருத்துவச் சடங்குக்குப் பின், கதையாடலில் வைக்கப்படுகிற வேறு சில இழப்புக் கண்ணிகளும் வருகின்றன. அவற்றில் முதன்மையானது அமெரிக்கப் பெண்ணொருத்தியின் கணவனின் சாவைப் பற்றிய குறிப்பு. இராக் போரில் நடந்த இது கதைசொல்லியினுடைய

கணவனின் இரட்டைக்கோபுரத் தாக்குதலின்போது நடந்த சாவுக்குச் சமமாக வைக்கப்படும் ஒரு கதைக்கூறு. அமெரிக்கப் பெண்ணோடு நட்பு வலுப்பட்டு, அவளது பிரசவத்தின்போது கதைசொல்லி குழந்தையின் தொப்புள்கொடியை அறுக்கிறாள், அப்போது தன் "தாய்மையை உணர்கிறாள்." அந்த நாளும் செப்டம்பர் 11ஆக இருக்கிறது. இரட்டைக் கோபுர அழிப்பைப் பதிலீடு செய்யும் பிறப்பின் பிரசன்னத்தில், கதைசொல்லி இழந்த உறவைப் பின்னாளில் பதிலீடு செய்யப்போகும் ஓர் அமெரிக்க ஆணும் பங்குகொள்கிறார்.

பூர்வகுடியினர் நிகழ்த்தும் மருத்துவச் சடங்குக்கு முன் கதைசொல்லியின் கூற்று: "பல மில்லியன் வருடங்களுக்கு முன்னும் இந்நிலம் இப்படியேதான் இருந்திருக்கும். நீலவானத்தில் நகரும் வெண்மேகங்களுடன் பாறைகளும் பள்ளத்தாக்கும் சேர்ந்து நகருவது போலிருந்து, தலை மெல்லச் சுற்றியது. உறைந்த காலம் சூழக் கிறங்கும் தலையுடன் நான் அங்கே நின்றேன்" (51). பல்லாண்டுகள் சென்றும் மாறாத நிலம், உறைந்த காலம் போன்ற விவரணைகள் இழப்பெனும் விதியின் மாறாத் தன்மையைச் சொல்கின்றன. ஆனால் மேகமும் பாறையும் வானமும் இவற்றூடே நகர்கின்றன. அந்த நகர்வு மாறாத் தன்மையிலும் நிற்காத உலக இயக்கத்தைச் சுட்டுவதாக உள்ளது. சாவின் மத்தியிலும் முன்நகரும் வாழ்க்கையைச் சுட்டுவதுபோலக் கதையாடலில் பின்னர் வருகிற நேர்மறைச் சம்பவங்களைச் (குழந்தையின் வரவு, புது உறவின் அணுக்கம் போன்றவை) சுட்டும் கதையாடல் குறியீடுகளாக இவை செயல்படுகின்றன.

புலம்பெயர்ந்தவர், குடிபுகுந்தவர் என்கிற வகைமைகளை வித்யாசப்படுத்துவது வன் இழப்புகளின், இடம்பெயர்தல்களின் கூட்டு வரலாறு என்று பார்த்தோம். செப்டம்பர் 11 இரட்டைக் கோபுரத் தாக்குதலில் சம்பவித்த மரணங்கள் வன் இழப்புகள்தாம். ஆனால் இடம்பெயர்தலின் கூட்டு வரலாறாக இந்த மரணங்களைக் கூறமுடியாது. கதைசொல்லியின் கணவனின் மரணம் அதில் உயிரிழந்த அமெரிக்க மக்களின் மரணங்களில் ஒன்றாக உள்ளது. இந்த செப்டம்பர் 11 நிகழ்வின் மூலம் அமெரிக்கத் தேசியத்தின் உள்வாங்கும் சொல்லாடலுக்குள் ("discourse of assimilation") கதையாடல் தொடக்கத்திலேயே நுழைந்துவிடுகிறது. கணவன் மறைந்த துயரத்தை விவரிக்கும் கதைசொல்லியின் கூற்று இதை வெளிப்படையாக நிறுவுகிறது: "வெளியே, என் வாழ்நாளில் நான் கண்டிராத வகையில் ஒரு தேசமே இணைந்து நின்றது. அன்றாடத்தின் இயந்திரத்தனத்தில் இதயத்தைத் தொலைத்துவிட்டதாய் நான் நினைத்திருந்த தேசம் தன் இதயத்தைத் திறந்து காட்டியது. வெறுப்பில்லை.

அன்பு இருந்தது. 'ஐ லவ் யூ' (37)." அமெரிக்க தேசத்தின் இதயம் திறக்க, கதைசொல்லியின் அடையாளம் குடிபுகுந்த தேசத்தின் அடையாளத்துக்குள் உள்வாங்கப்படுகிறது. இவ்விடத்தில் வருகின்ற ஆங்கிலப் பயன்பாடு கவனிக்கத்தக்கது. இத்தகைய உள்வாங்கலை அந்தப் பயன்பாடு எளிதாக்குகிறது. உள்வாங்கல் இயல்பாக நடப்பதைத் தெரிவிப்பதாகிறது.

இராக் போருக்கு எதிராக நியூயார்க்கில் நடந்த எதிர்ப்புப் பேரணியில் கதைசொல்லி பங்கெடுக்கும் முந்தைய நிகழ்வு அமெரிக்க தேசியத்தின் கரிசனைகளுக்கு மாற்றான கரிசனையை அவர் கொண்டிருப்பதாக முதல் வாசிப்பில் தெரியலாம். ஆனால் கதையாடல் இந்நிகழ்வையும் அமெரிக்க தேசியச் சொல்லாடலுக்குள் கதைசொல்லியின் அடையாளத்தை நிறுவுவதற்கே பயன்படுத்துகிறது. ஈராக் போரில் கணவனை இழந்த அமெரிக்கப் பெண்ணைக் கதைசொல்லி பின்னர் சந்திக்கும் தருணத்தில் அவர்களுக்கிடையிலான உரையாடல் இதற்குச் சான்று:

> "தப்பா நினைக்காதே ஸமாந்த்தா," என்னும் முகாந்திரத்துடன் போர் எதிர்ப்புப் பேரணியில் பங்கெடுத்தது பற்றிச் சொன்னேன். நம் அரசியலமைப்புச் சட்டம் தரும் உரிமையுடன். ஆக்கபூர்வமான ஜனநாயகவழியில்.
>
> "இதையெல்லாம் ஏன் மன்னிப்பு கேக்கிற தொனியிலே சொல்லுறீங்க, கோதை? நீங்க ஒரு நல்ல குடிமகள். நாமதானே நம்ம அரசாங்கத்தைத் தட்டிக்கேக்கவும் விமரிசனம் செய்யவும் முடியும்?" (72–73)

அமெரிக்கப் பெண்ணின் "நாம," "நம்ம அரசாங்கம்" என்கிற தன்மை பன்மைப் பயன்பாடும் கதைசொல்லிக்குத் தரப்படும் "நல்ல குடிமகள்" சான்றிதழும், பல பண்பாட்டினரையும் உட்கொள்ள முயலும் அமெரிக்க தேசியச் சொல்லாடலின் அழுத்தமான மொழித் தருணங்கள். ஆனால், கதைசொல்லிக்கு இதைக் கேட்டவுடன் "பல தளங்களிலும் பல முரண்கள் நெருடுகின்றன." "எல்லா நவீன தேசங்களும் எதிர்கொள்ளும் முரண்கள்" என்று அடைப்புக்குறிகளுக்குள் கொடுத்துவிட்டு மேலே தொடர்கிறார்: "ஆனால் வலி நிரம்பிய ஆத்ம சோதனைகள் மூலம் முரண்களை விலக்கி விலக்கி மெல்ல முன்னேறிய சரித்திரம் உள்ள சமூகம் இது. இந்தக் குடிமைச் சமூக அமைப்பின் மேல், அந்த ஒட்டுமொத்த மனசாட்சி மேல், நம்பிக்கை வைத்துத்தான் முன்னகர முடியும்" (73). சிலபல நூற்றாண்டு களாய்க் குடிபுகுந்த பல பண்பாட்டினரும் கட்டமைத்திருக்கின்ற நவீன தேசத்தின் முரண்கள் கதைசொல்லிக்குத் தெரியாமலில்லை.

ஆனாலும் அமெரிக்காவின் "குடிமைச் சமூகம்," "ஆக்கப்பூர்வ ஜனநாயகம்" ஆகியவற்றால் முரண்களைக் களைந்துவிடமுடியும் என்ற நம்பிக்கையும் அவருக்கு ஏற்படுகிறது. கதைசொல்லி அமெரிக்காவில் "குடிபுகுந்த" இந்தியத் தம்பதியினரின் பெண் என்பதற்கு ஏற்றவகையில் செயல்படுகிறது கதையாடல்.

"குடிபுகுந்தவருக்கு" இலகுவாகச் சாத்தியமாகும் தேசியரீதியாக ஒன்றுபடுதல் இந்தக் குறுநாவலின் கதையாடல் சென்றடையும் இலக்கு. இங்கே பெண்ணின் அடையாளம், குடிபுகுந்த தேசியத்தில் பங்குபெறும் ஒரு குடிமகளின் அடையாளம். "வீடு" இங்கே கணவனின் இடமான பெண்ணைக் கட்டுறுத்தும் வரம்பெல்லைகளோ அல்லது அன்னையின் இடமான நினைவேக்கத்தின் களமோ அல்ல, மாறாக அது இதயத்தைத் திறந்துவிட்ட, குடிபுகுந்த தேசிய வெளியின் அங்கம். இங்கே கதைசொல்லியின் ஆழமான ஒன்றிப்பு குடிமைச்சமூகத்தின் பிற பல பண்பாட்டுக் குழுக்களுடன் நடக்கிறது. தன்னைப் போலவே துயரைச் சந்தித்த அமெரிக்கப் பெண்ணுடனான ஒன்றிப்பும் இந்தக் குடிமைச் சமூகத்துக்குள்தான்.

காஞ்சனா தாமோதரனின் சிறுகதையொன்றில்கூட இத்தகைய ஒன்றிப்பு முக்கியத்துவம் பெறுகிறது. 2000இல் வந்த அவரது 'வரம்' சிறுகதைத் தொகுதியில் உள்ள 'சில பயணக் குறிப்புகள்' என்ற சிறுகதை. இடம்பெயர்ந்து வந்த பெண், தமிழ்ப் புத்தகங்களில் "அவளை அவளால் கண்டுகொள்கிறவள்" இக்கதையின் கதைசொல்லி (153). ஒன்பது வருடங்களுக்குப் பின் 2009இல் வெளிவந்த, மேலே விவாதித்த குறுநாவலைப் போலன்றி, இச்சிறுகதையில் பிறந்த நாட்டுக்கும் குடிபுகுந்த நாட்டுக்குமிடையே கதைசொல்லியின் அடையாளத்தின் அல்லாட்டத்தைக் கண்கூடாகப் பார்க்கிறோம்: "நான் ஒரு நாடோடி. பிறந்த நாடு என்பது நான் என்றோ இழந்துவிட்ட, இன்று அந்நியப்பட்ட, என் கற்பனையில் மட்டுமே தொடரும் ஒரு லட்சியவாதம். புகுந்த நாட்டின் அந்நியம் என்றுமே மாறாதது. ஓர் அந்நியத்துள் குடியிருந்து, இன்று இல்லாத (என்றுமே இருந்திருக்காத?) அந்நியமாகிப் போன மற்றொன்றைப் பற்றிக் கற்பனாவாதக் கனவுகள் காண்பதே மிச்சமிருக்கும் என் வாழ்வில் என்னால் ஆகக்கூடியது" (159). நாடோடி என்று கதைசொல்லி தன்னைக் கருதினாலும் அமெரிக்கத் தேசம் அவளை உள்ளிழுக்கக்கூடியதைக் கதையாடல் சுட்டிக்காட்டுகிறது. கதைசொல்லியைப் போலவே தன் குடும்ப "வேர்களைத் தேடும்" ஸூஸன் எனும் பெண்ணின் குரலில் இது நடக்கிறது: "உன் மகளிடம் அவள் வேர்களைப் பற்றி நீ பகிர்ந்துகொள்வது முக்கியம். பல நாடுகளிலிருந்தும்

புலம்பெயர்ந்தோர் தத்தம் தனித்துவத்தைப் பேணிப் போற்றுமிடம் இந்தத் தேசம். நம்மைத் தாங்கிக்கொள்ள வேரோ, விழுதோ ஏதோ ஒன்று தேவைப்படுகிறது" (155).

ஆலமரத்தின் உருவகத்தில் மரம் விரிந்து விழுதுகள் விட்டு அவற்றில் வேர்பிடித்து மீண்டும் நிலைகொள்ளும் வாய்ப்பு, பல பண்பாட்டையும் அதே நேரத்தில் தனித்துவத்தையும் போற்றுவதாக அமெரிக்கத் தேசியச் சொல்லாடல் பற்றிய விவரணை, புலம்பெயர்ந்தோர் என்ற சொற்றொடரைக் கதைசொல்லி உபயோகித்தாலும், குடிபுகுந்தவருக்கே உரித்தான தேசியச் சொல்லாடலுக்குள் கிடைக்கும் அடையாளத்தை, பங்கைத் தெளிவாக முன்வைக்கிறது இந்தக் கதையாடல். இதிலும் கதைசொல்லி தன்னையொத்த இன்னொரு குடிபுகுந்த வம்சாவளிப் பெண்ணுடன் ஆனால் குடிமைச் சமூகத்தின் அமெரிக்கப் பெண்ணுடன்தான் ஒன்றிப்பு கொள்கிறாள் என்பது கவனிக்கத்தக்கது.

வீடு: அச்சுறுத்தலின் உருவகம்

சுமதி ரூபனின் 'அகச்சுவருக்குள் மீண்டும்' (2003) சிறுகதை யில் வீடு என்பது பெண்ணின் இயக்கத்தைக் கட்டுப்படுத்துவ தாக மட்டுமில்லை, அது ஆண் வன்முறையின் நிகழ்த்துக் களமாகவும் இருக்கிறது. "கொத்தாகத் தலைமயிரைப் பிடித்திழுத்து முகத்தில் குத்துவிடுபவன்" கணவன் (18). வீடல்லாத வேறிடத்தில் அவன் இல்லாதபோதும் அவள் கடவுளிடம் ஒன்றிணைந்து பிரார்த்தனை செய்யும் நேரத்திலும்கூட அவன் தாக்குதலை உணர்கிறாள் (18). அச்சுறுத்தலின் உருவகமாக வீடு, வீடுதாண்டியும் வெளியே வருகிறது. பௌதீகப் பொருளென்றாலும் அதன் சுவர் அவள் அகத்துக்குள் வந்து அழுத்துகிறது. மணவுறவில் கொடுந்திரையாய் எழும்பி நிற்கும் சுவரென்றாலும் அவன் வன்முறையிலிருந்து காப்பாற்றக்கூடிய, ஒளிய இடம்தரும் சுவர்போல அவளுக்குத் தோன்றுகிறது, ஆனால் அதுவுமில்லை: "உண்மையைக் கூறப் போனால் அவளுக்கும் அவனைப் பிடிப்பதில்லை. எங்காவது போய்ச் சந்தோஷமாக இருந்துவிட்டு வந்தானென்றால்தான் நிம்மதியாக இருக்கலாம் என்று நம்பினாள். ஆனால் அதுவும் கிடைக்கவில்லை. அவளைத் தினம்தினம் புழுதியில் போட்டுப் புரட்டி எடுக்கின்றான்" (24). அவளால் அவனை எதிர்த்து நிற்க முடியாமல் போகிறது. காவல்துறைக்கு அவனைப் பற்றிப் புகார்செய்தாலும் வழக்கைத் தொடராமல் பின்வாங்க வேண்டியிருக்கிறது. புலம்பெயர்ந்திருப்பது பழக்கமில்லாத நாடெனும் யதார்த்தம்: "கால் விறைக்கும்

குளிர், மகன், நிரந்தரமற்ற வேலை, இருப்பது இவ்வளவுதான், இதற்குள் ரோஷம் என்றால் பொருந்தாது" (22). தவிர, அவள் "ஆம்பிளைகள் அப்பிடி இப்பிடித்தான் இருப்பீனம், நாங்கள்தான் அனுசரிச்சி நடக்கவேணும். உவங்களுக்கு எங்கட கலாச்சாரம் பண்பாடு எங்கை விளங்கப்போகிறது ... உனக்கு இஞ்ச ஆர் இருக்கீனம்?" என அறிவுறுத்துகிற மாமியின் குரலுக்குச் செவிகொடுக்க வேண்டியிருக்கிறது (22). மாமியைப் போலப் புலம்பெயர்ந்த மற்ற பெண்களோடுகூட அவளால் எந்த ஒன்றிப்பும் கொள்ள இயலாது, முழுமுற்றாக நசுக்கப்பட்ட பெண் தன் அடையாளத்தைக் காவுகொடுக்க வேண்டி யிருப்பதை, ஆனால் காவுகொடுக்கும்போதும் அது குறித்த விழிப்போடு அவள் இருப்பதை முன்வைக்கிறது கதையாடல்.

இருண்மையைத் தொனியாகக் கொண்டிருக்கும் வன்முறைக் களத்தை சுமதியின் 'ஆதலினால் நாம் . . .' சிறுகதை யிலும் பார்க்கிறோம். ஆனால் இதில் கணவனிடமிருந்து "அறை விழ, அறை விழ" அவளில் "ஏன் என்ற கேள்வி கூடிக்கொண்டே போகிறது" (31). படிப்பில் ஆசை வருகிறது. நெஞ்சுறுதி வலுக்கிறது. தான் சந்தித்ததைப் போன்றே ஆணிடமிருந்து அச்சுறுத்தலை எதிர்கொள்ளும் இன்னொரு புலம்பெயர்ந்த தோழிக்கு நம்பிக்கையும் உதவியும் தருகிற அளவுக்குப் புலம்பெயர்ந்த நாட்டில் அவளால் தன்னை நிறுவிக்கொள்ள முடிகிறது. கதைசொல்லியும் அவளது தோழியும் ஒருவரிடத்தில் ஒருவர் வன்முறைக்கு உள்ளான தத்தம் பிம்பங்களைக் காண்கின்றனர். கதைமுடிவில் பிம்பங்களின் இத்தகைய ஒன்றிப்பு பாலியல் தளத்திலும் நிகழ்கிறது. இரு பெண்களும் சந்தித்துக்கொள்வதற்கு முன்பே கதையாடலில் ஒருபால் உறவுக்கான அடித்தளம் அமைக்கப்படுகிறது. கதைசொல்லிக்கு "ஆணின் நெருக்கம் உடல் சிலிர்க்க வைப்பதற்குப் பதில் அருவருக்கத் தொடங்கிய"தாகச் சொல்லப்படுகிறது (31). மோசமான வாழ்வனுபவங்களை ஒரு ஆண் ஒரு பெண்ணுக்குத் தரும்போது, அவனுடனான எதிர்பாலியல் உறவுக்கான மாற்றாகவும் பதிலீடாகவும் மாத்திரமே ஒருபாலுறவு கதையாடலில் முன்வைக்கப்பட்டிருப்பதாகப் படுகிறது. மரபார்ந்த எதிர்பாலியல் குடும்பத்தின் ஆண் செலுத்தும் வன்முறைக்குத் தீர்வாக இந்த ஒருபாலுறவு வலிந்த முழக்கமாக வைக்கப்பட்டிருப்பதாகத் தோன்றுகிறது. என்றாலும் இக்கதையில் வீடு என்பது இரு பெண்களின் ஒன்றிப்பின், ஒருபாலுறவில் இணையும் பெண்பால் அடையாளங்களின் பரப்பாக வடிவெடுக்கிறது. புலம்பெயர்ச் சூழலில் இத்தகைய வீடுதான் விட்டு விடுதலை பெறும் வழியில் சாத்தியமாகக் கூடியதாக இருக்கிறதோ என்றும் எண்ணத் தோன்றுகிறது.

வெற்றுக் குறி

புலம்பெயர்ந்த சூழலில் புறத்திலும் அகத்திலும் பெண் அடையாளத்தின் பொருளின்மையைப் பேசுகிறது லதாவின் 'அடையாளம்' (2008) சிறுகதை. கதையில் பெண்ணுக்கேயான வழக்கமான பாதையில் புகுந்த வீட்டில் இருக்கும் அனைவரின் தேவைகளையும் அவள் கவனிக்கிறாள். ஆனால் தனக்கு உகந்ததைச் சமைக்கும் சுதந்திரமும் உண்ணும் சுதந்திரமும் அவளுக்கில்லை. தன் பெண்குழந்தையின் ஆடைத் தேர்வுகூட அவளுக்கு மறுக்கப்படுகிறது. குழந்தைக்கும்கூட அவளோடு நெருக்கமிருப்பதாகத் தெரியவில்லை. புறத்திலும் அவள் படிப்புக்கான அங்கீகாரமும் வருமானமும் இல்லை. புறவெளியும் அவளுக்கு அந்நியமாகவே உள்ளது:

இங்கே ஏன் யாருமே தனக்கு நெருக்கமாயில்லை. ஒருவேளை தன்னால்தான் இந்த ஊர் மக்களை, அவர்கள் வாழ்க்கையை நெருங்க முடியவில்லையோ. . . இந்த மண்ணோடு ஒட்டமுடியவில்லையோ. . . என்று யோசித்துக்கொண்டே மணிபர்சைத் திறந்தாள். சிவப்பு நிறத்தில் சிங்கப்பூர் குடியுரிமை அட்டை. வாய் நிறையப் புன்னகையோடு அவள் படம். "ஐ யெம் சிங்கப்பூரியன்." அவளால் அழுகையைக் கட்டுப்படுத்த முடியவில்லை. (21)

மலாய் மொழி தெரியாததால் அவளைச் சிங்கப்பூர்க்காரி என்று அங்கீகரிக்க மறுக்கும் "டாக்ஸிக்காரன்" அவள் எதிர்கொள்ளும் புறவுலகத்தின் பிரதிநிதியாக இருக்கிறான் (13). வெளிநாட்டிலிருந்து இறங்கியிருக்கும் "மெயிட்," "வேலைக்காரி" என்றழைக்கிறான் (13). கதைசொல்லிக்கே தன் அடையாளத்தில் சந்தேகம் வருகிறது. கண்ணாடியில் பார்த்துக்கொள்கிறாள் (18–19). அழகுநிலையத்துக்குச் சென்று தன் உருவத்தை மெருகேற்ற நினைக்கிறாள், ஆனால் அவளுக்கு அதைச் செய்ய நேரமில்லை, அவளுடைய நேரமும் உழைப்பும் குடும்பத்தில் உள்ளவர்களுக்காக, அவர்களுடையதாக இருக்கின்றன. பெண்ணியலாளர் ஜெர்மைன் கிரியர் "நிரந்தரப் பணியாளாக இருக்கக் கிடைக்கும் பாதுகாப்புக்காக, வீட்டில் சம்பளம் வாங்காத பணியாளாக மனைவி இருக்கிறாள்" என வீட்டில் பெண்ணின் பணிச்சுரண்டலை விமர்சிப்பதை இவ்விடத்தில் பொருத்திப் பார்க்கலாம். வீட்டில் மனைவி என்னும் அவளது அடையாளம் பெயரளவில்தான். பொதுவெளியிலோ அவள் அடையாளம் தட்டைப் பரிமாணமான குடியுரிமை அட்டைதான். ஆக, வீட்டிலும் பொதுவெளியிலும் ஒன்றேபோல்

உள்ளீடற்ற வெற்றுக் குறியே பெண் அடையாளமாக வலம் வருகிறது.

கணவனின் வீட்டில் சுய அடையாளத்தைத் துறக்க வேண்டியிருக்கும் அல்லது சுய அடையாளம் நசுக்கப்படும் பெண்கள் அந்த வீட்டைத் துண்டித்து வெளியே வந்து ஏன் தமக்கொரு சுதந்திர வாழ்க்கையை அமைத்துக்கொள்ள முயல்வதில்லை என்றொரு வழக்கமான கேள்வி எழலாம். முன்பின் தெரியாத அந்நிய இடம் பற்றிய யோசனை, குழந்தைகளின் எதிர்காலம் குறித்த கவலை போன்ற வழக்கமான பதில்களையும் தரலாம். ஆனால், இங்கே பெண்ணின் வாழ்க்கைப் பாதையைத் தீர்மானிப்பவையாக இருப்பன, காலம்காலமாகப் பெண்ணின் தன்னிலையை எதிர்பாலியல் குடும்பவெளியில் உருவாக்கியபடியிருக்கும், வடிவமைக்கும் சமூக, பண்பாட்டு நியதிகள்தாம். பெண் தன் சுய அடையாளம் குறித்துக் கேள்வி கேட்க, விசாரணை செய்ய முற்படும்போதெல்லாம் இந்த நியதிகள் தொடர்ந்து நினைவூட்டப்படுகின்றன; நியதிகளுக்கு இயைந்த, உட்பட்ட பெண்பால் தன்னிலை தொடர்ந்து உருவாகிக்கொண்டிருக்க, அடையாளம் குறித்த அவளது சிறிய கேள்விகளும் புறந்தள்ளப்படுகின்றன.

இந்த நியதிகள் கதையாடல்களில் தாயின் குரலாக, மாமியின் குரலாக என்றெல்லாம் வடிவெடுக்கின்றன. உதாரணமாக, லதாவின் கதையில் பெண் கோபப்பட யத்தனிக்கும் போதெல்லாம், நினைவில் மீளும் தாயின் வார்த்தைகள்: "எத்தனை கோபமாயிருந்தாலும் பொறுமையாப் போம்மா. . . அதாம்மா நமக்கு நல்லது . . . 'என்ன பொண்ணு வளர்த்திருக்கிறா பாரு'ன்னு நாலு பேர் என்னைச் சொல்ற மாதிரி வைச்சிடாதம்மா." இத்தகைய அறிவுறுத்தல்கள் பெண்ணின் கோபத்தை மழுங்கடித்துவிடுகின்றன (லதா, 14-15). அல்லது மாமியின் குரலாகச் சமூகத்தையும் பண்பாட்டையும் சுட்டிக்காட்டி எச்சரிக்கின்றன (சுமதி ரூபன் 2003, 22). மேலும் தாய்களும் மாமிகளும் மட்டுமில்லை, சில சமயம் பெண்ணியம் பேசும் பெண்களின் சொற்களுமேகூடப் பெண் தன்னிலையை எதிர்பாலியல் குடும்ப வெளியில் நிறுவவே முனைகின்றன (பார்க்க, சுமதி ரூபனின் "பெண்கள்: நான் கணிக்கின்றேன்," 2010). இளம் வயதில் மாத்திரமின்றி வயதான காலத்தில் தனித்திருக்கும் பெண்ணைக்கூட "ஆக்கள் நினைப்பினம், ஆக்கள் சொல்லுவினம், ஆக்கள் கதைப்பினம்" என்று "ஆக்களின்" நினைப்பும் வார்த்தையும் பேச்சும் விட்டுவைப்பதில்லை (பார்க்க, சுமதி ரூபனின் 'சூன்யம்,' 2003)

மாயக்குதிரை

பெண்ணொழுக்க நியதிகளைத் தடையின்றி நினைவூட்டும் கண்காணிக்கும் புலம்பெயர்ந்த சமூகத்தைத் தமிழ்நதியின் 'மாயக்குதிரை'யிலும் (2012) காணலாம். இதில் கதைசொல்லி வித்யாசமான கதாபாத்திரம். வீடு, பணியிடம், பயணம் என்கிற வழக்கமான கதைக்களனில் இல்லாமல் காசினோவில் பெரிதும் நிகழ்கிற கதையாடல் தரப்படுகிறது. பெண்ணை முறைப்படுத்தும் சமூக, பண்பாட்டு நியதிகளின் யதார்த்தம் குறித்த புரிதல் கதைசொல்லிக்கு இருக்கிறது; ஆனால் அந்த யதார்த்தம் அவள் காசினோவுக்குச் செல்வதைத் தடுப்பதில்லை. காசினோவுக்குச் செல்லப் பேருந்துக்காகக் காத்திருக்கும்போதுகூட நினைவூட்டுதல் நடக்கிறது:

சனிக்கிழமை, எங்காவது உணவகத்துக்குப் போகிறார்களா யிருக்கும். உணவுச் செலவு நாற்பது டாலருக்குள் முடிந்து விடும். தான் காசினோவுக்குச் செல்வது தெரிந்தால் இவர்கள் என்ன சொல்வார்கள் என்று நினைத்துப் பார்த்தாள். 'கொழுப்பு' என்பார்கள். அநேகமானவர்கள் அவளை ஒரு விசித்திரப் பிராணியாக, கேவலமாக நோக்கவும்கூடும். "அந்தப் பெட்டையோ..." எனத் தொடங்கி ஆயிரம் கதை சொல்வார்கள்.

காசினோவிலும் சூதுக் களத்திலிருந்து குடும்பக் களத்துக்கு அவள் திரும்ப வேண்டிய பொறுப்பும் கடமையும் அவளுக்கு நினைவூட்டப்படுகின்றன, இதைச் செய்பவர்களும் தமிழர்களே:

மேசையில் சூதாடுபவர்களில் தமிழ் முகங்களும் உண்டு. பெரும்பாலும் ஆண்கள். மிக அரிதாகப் பெண்கள். 'ஒரு தமிழ்ப் பெண்... குடும்பத்தில் பொறுப்பாக இருக்க வேண்டியவள்... இங்கு என்ன செய்கிறாய்?' என்றொரு பார்வையை உரிமையோடும் கண்டிப்போடும் அவளை நோக்கி எறிந்த ஆண்கள் உண்டு. தமிழ்ப் பெண்கள் குடிக்கக்கூடாது என்பது போன்ற விதி சூதிற்கும் பொருந்தும் என்பதை அவள் அறிவாள். ஆரம்பத்தில் அத்தகைய பார்வைகளுக்கு அஞ்சி அவசரமாக அவ்விடத்தைக் கடந்து சென்றாள். பிறகோ, 'நீ மட்டும் இஞ்சை என்ன பிடுங்கிக்கொண்டிருக்கிறாய்?' என்ற பார்வையை அலட்சியமாக திருப்பி எறியப் பழகினாள்.

சூதாடியில் ஆணென்ன, பெண்ணென்ன? ஆனால் இந்தப் பெண் ஏன் சூதாடப் போகவேண்டும்? கதையாடலின் சிறப்பே இக்கேள்விக்கு அதில் நேரிடையான விடையில்லை என்பதுதான்.

இந்த மனிதர்கள்தான் எவ்வளவு மகிழ்ச்சியாக இருக்கிறார்கள் என்று எண்ணினாள். தன்னிரக்கம் பெருகியது. இளமையின் வறுமையையும், அகதியாக அலைந்ததையும், புலம்பெயர்ந்து பட்ட சிரமங்களையும் நினைத்துத் தன்னிரக்கம் கொள்வதனூடாக தனது செயலுக்கு நியாயம் கற்பிக்க விழைந்தாள்.

வறுமையும் அகதி அனுபவமும் புலம்பெயர்த் துயரமும் தனிமையும் இவள் சூதுக்குச் செல்லக் காரணங்களாகவும் இருக்கலாம். அல்லது அதை நியாயப்படுத்தும் முகாந்திரங் களாகவும் இருக்கலாம். கதைசொல்லி தாய்க்கு ஒற்றைப் பெண். அவள் கேட்டவுடன் தன் சொற்பச் சேமிப்பிலிருந்து பணம் தருகிற தாய். சூதில் அவளது நாட்டம் பற்றிப் புரிதலும் அதிலிருந்து அவளை மீட்க நினைக்கிற மேலான அன்பும் கொண்ட காதலன். ஆனாலும் காசினோவில் சூதாடி அதில் மீண்டும் மீண்டும் தோற்றுப்போய் நிற்கும்போது எந்த ஆண் கூப்பிட்டாலும் பணத்துக்காகப் போயிருக்கக்கூடியவள்தான் என்று தன்னைப் பற்றி அவள் நினைத்துக்கொள்கிறாள். நியான் விளக்குகள், கண்சிமிட்டும் இலக்கங்கள், நாணயங்கள் எண்ணப்படும்போது கேட்கும் ஓசை, இவையெல்லாம் அவளுக்குள் இருக்கும் சூதாடியை உயிர்ப்பித்துவிடும்போது வேறென்ன செய்யமுடியும் என்றும் கேட்டுக்கொள்கிறாள்.

கதையாடலில் முன்வைக்கப்படுகிற பொதுவெளி வழக்கமானதல்ல. காரண காரியத்துக்கு அப்பால் செயல்படும் சூதுவெளி. என்ன நடக்குமென்று தெரியாத மாயவெளி. எனினும் புறத்தே பொதுவெளிக்கும் இதற்கும் வேறுபாடுண்டு. சூதின் ஆட்டம் தன்னிச்சையானது. தர்க்கத்துக்கு அப்பாற் பட்டது. அதில் வெற்றியும் தோல்வியும் யாருக்கும் வரலாம். தர்க்கத்துக்கு அப்பாலான அந்தத் தன்னிச்சை வெளியில் தாயங்களாக விழும் வெற்றியாலும் தோல்வியாலும் சூதுக்களத்துக்குப் புறத்தே சமூகத்திலிருக்கும் அனைத்துப் படிநிலைகளையும் (தற்காலிகமாகவேனும்) கலைத்துவிடமுடியும். ஆசியப் பெண்ணென்று தோல் நிறத்தை முன்னிட்டு அலட்சியம் காட்டும் மேசைப் பணியாளர்களுக்குக் கதைசொல்லி தான் ஆட்டத்தில் ஜெயிக்கும்போது எதிர்பாராத டிப்ஸ் கொடுப்பதன் மூலம் அவளால் அங்கீகாரத்தைப் பெற முடிகிறது. ஆட்டத்தில் தோற்று நிராதரவாக நிற்கும்போதும் வெளிறிப்போகும்போதும் அரற்றும்போதும் அழும்போதும் விவாதித்துப் பிரிந்துபோகும்போதும் தமிழர், மஞ்சள் நிறத்தவர், வெள்ளையர் மத்தியில் எப்பேதமுமில்லை.

காஞ்சனா தாமோதரனின் ஆக்கங்களில் வைக்கப்படும் பல பண்பாட்டினரையும் உள்வாங்கப் பார்க்கும் தேசியப் பொதுவெளிக்கு நேரெதிர்ப் புள்ளியாக இக்கதையில் சூதாட்டப் பொதுவெளி விளங்குகிறது. புலம்பெயர்ந்தவர்களுக்கு, “வந்தேறிய” புலத்தின் தேசியப் பொதுவெளியில் அல்ல, சூதாட்டவெளியென்கிற தர்க்கம் மீறிய, தன்னிச்சை வெளியில்தான் குடிமைச் சமூகத்துடன் ஒன்றுபட முடியும், ஒன்றிப்பு நடக்கும் என்பதைக் கதையாடல் தெரிவிப்பதாகத் தோன்றுகிறது. இப்படித் தெரிவிப்பதன் மூலம் குடிபுகுந்தவர் பார்வையில் விதந்தோதப்படுகிற தேசியச் சொல்லாடலைத் தலைகீழாக்குகிறது, நிராகரிக்கிறது. என்றாலும் சூதாட்ட மாயவெளியில் கிட்டும் ஒன்றிப்பும் ஒன்றுபடுதலும் நிரந்தரமல்ல, நிஜமல்ல, இந்த வெளியில் கண்டடையும் அடையாளம் மாயக் குதிரை. அது எங்கும் கொண்டு சேர்க்கப்போவதல்ல என்ற எச்சரிக்கைப் பார்வையும் கதையாடலில் உள்ளோடுகிறது.

முடிவுரை

இக்கட்டுரையில் தாயகம் கடந்து செல்வதைப் புலம்பெயர்தல், குடிபுகுதல் என்கிற வகைமைகளில் வைத்து தமிழகத்துக்கு, ஈழத்துக்கு வெளியே வசிக்கும் சில பெண் எழுத்தாளர்களின் குறிப்பிட்ட எழுத்துச் செயல்பாடுகளைப் புரிந்துகொள்ள முயன்றிருக்கிறேன். வீடும் புறவெளியும் கதைக்களன்களாகவோ நிகழ்வுகளின் பின்னணித் திரையாகவோ மாத்திரமின்றிக் கதையாடல்களில் பங்குகொள்ளும் விதங்களைக் கட்டுரையில் குறிப்பிட்டிருக்கிறேன். கதையாடலின் புலம்பெயர் சூழலில், நினைவேக்கத்தின், எதிர்பால் வன்முறையின், பணிச் சுரண்டலின் களமாக வீடு இருக்கிறது. புறவெளியோ அகத்தின் பொருளற்ற நீட்சியாகவோ சுரண்டும், அங்கீகரிக்க மறுக்கும் வீட்டின் பிரதிபலிப்பாகவோ சூதாட்ட மாயவெளியாகவோ உருக்கொள்கிறது. பெண் அடையாளம் அவளது சுயம் நீக்கப் பட்ட ஒன்றாக, காவுகொடுக்கப்பட்டதாக, வெற்றுக் குறியாக முன்வைக்கப்படுகிறது. அடையாளம் குறித்த பெண்ணின் கேள்விகளும் சுய விசாரணைகளும் சமூக, பண்பாட்டு நியதிகளின்முன் பயனிழக்கின்றன. விதிவிலக்காக, இந்த நியதிகள் கேள்விக்கு உட்படுத்தப்படும்போது, “மரபார்ந்த” எதிர்பாலியல் குடும்பத்துக்கு மாற்றாகப் பெண் அடையாளம் ஒருபாலுறவில் நிலைகொள்கிறது, வீட்டை அதற்கேற்ப மறுவடிவாக்கம் செய்ய முனைகிறது.

குடிபுகுந்தவரின் சூழலில் வீடு குடிமைச் சமூகப் பொதுவெளியின் அங்கமாகக் கட்டமைக்கப்படுகிறது.

தேசியச் சொல்லாடலின் அடையாளத்தில் குடிபுகுந்தவரால் எளிதாகப் பங்குபெற முடிகிறது, ஒன்றிவிட முடிகிறது என்னும் ஆதரிச நம்பிக்கையைக் கதையாடல் தருகிறது. "ஜனநாயகம்," "குடிமைச்சமூகம்" ஆகியவற்றை உரத்துப் பேசுகிற தேசியச் சொல்லாடலில்'குடிமகள்' என்கிற அடையாள ஒளிவட்டத்தில் பால் அடையாளங்களும் பேதங்களும் கதையாடலில் இருளில் தள்ளப்படுகின்றன. போலவே பால் அடையாளங்களும் பேதங்களும் முக்கியத்துவம் பெறாத இடம் சூதாட்டப் பொதுவெளி. புலம்பெயர்ச் சூழலில் ஒன்றுபடுதலும் ஒன்றிப்பும் சாத்தியமாகும் இந்த வெளியில் பெண் அடையாளம் மாயக் குதிரையாக, மாயமென்னும் தோற்றம்கொண்டும் அலைகிறது.

இந்த முடிவுரை தாயகம் தாண்டிய எழுத்து வெளியில் புலம்பெயர், குடிபுகும் சூழல்கள் குறித்த முற்றான உரையல்ல. இதைப் பிரச்சினைக்குட்படுத்தும் வகையில் வேறு கதைகள் எழுதப்பட்டிருக்கலாம். புலம்பெயர், குடிபுகும் சூழல்கள் என்பன தலைமுறையைச் சார்ந்து வேறு வகைகளில் சுவீகரிக்க, எதிர்கொள்ளப்படலாம். எடுத்துக்கொண்ட கதைகளுக்கும் என் வாசிப்புக்குமான ஒரு கண்ணாமூச்சி ஆட்டமாக இக்கட்டுரையை எழுதியிருக்கிறேன். வேறு கதைகளோடு மற்றவர்களுக்கோ, மீண்டும் எனக்கோ வேறு ஆட்டங்களை ஆடிப் பார்க்க வாய்ப்பு கிடைக்காமலா போகும்?

(தமிழ்ப் பண்பாட்டு மையம் கோயம்புத்தூரில் ஜனவரி 2014இல் நடத்திய 'தாயகம் கடந்த தமிழ்' கருத்தரங்கில் 'புதிய சிறகுகள்' என்ற தலைப்பிலான அரங்கத்தில் இக்கட்டுரை வாசிக்கப் பட்டது. எழுத்தாளர் மாலனைத் தொகுப்பாசிரியராகக் கொண்டு கருத்தரங்கில் வெளியிடப்பட்ட கட்டுரைத் தொகுப்பிலும் இடம்பெற்றது.)

உதவிய நூல்கள், கட்டுரைகள்

தமிழ்

காஞ்சனா தாமோதரன். "சில பயணக் குறிப்புகள்." *வரம்.* சென்னை: ஆசிரியரால் பதிப்பிக்கப்பட்டது, 2000.

———. "ஓர் அமெரிக்க நெடுஞ்சாலைப் பயணம்." *மரகதத் தீவு.* சென்னை: *உயிர்மை*, 2009.

சந்திரா இரவீந்திரன். 2001. "யாசகம்." *நிலவுக்குத் தெரியும்.* நாகர்கோவில்: *காலச்சுவடு*, 2011.

சுமதி ரூபன். "அகச் சுவருக்குள் மீண்டும்." *யாதுமாகி நின்றாள்.* சென்னை: *மித்ரா*, 2003.

---. "ஆதலினால் நாம்..." *யாதுமாகி நின்றாள்.* சென்னை: *மித்ரா*, 2003.

---. "சூன்யம்." *யாதுமாகி நின்றாள்.* சென்னை: *மித்ரா*, 2003.

---. "பெண்கள்: நான் கணிக்கின்றேன்." *உறையும் பனிப்பெண்கள்.* சென்னை: கருப்புப் பிரதிகள், 2010.

தமிழ்நதி. "மாயக்குதிரை." *அம்ருதா*, ஜூன் 2012.http://tamilnathy.blogspot.com/2012/06/blog-post_15.html

லதா (கனகலதா). "அடையாளம்." *நான் கொலை செய்யும் பெண்கள்.* நாகர்கோவில்: காலச்சுவடு, 2008.

ஆங்கிலம்

Cho, Lily M. "The Turn to Diaspora." *Topia* 17, special issue on "Diaspora" (Spring 2007): 11-30.

Clifford, James. Diasporas. *Cultural Anthropology,* 9.3 (Aug., 1994): 302-338.

Greer, Germaine. 1970. *The Female Eunuch.* New York: Harper Collins, 2006.

7

பசு, தாய்மை, இந்துத் தேசியம்

உத்தரப் பிரதேச மாநிலத்தில் உள்ள தாத்ரிக்கு அருகில் ஒரு கிராமத்தில் செப்டம்பர் 28, 2015 அன்று இஸ்லாமியக் குடும்பம் ஒன்று மாட்டிறைச்சி வைத்திருந்ததாகவும் அதைத் தின்றதாகவும் பரப்பப்பட்ட வதந்தியால் அக்குடும்பத்தைச் சார்ந்தவர்கள் ஒரு இந்துக் கும்பலால் தாக்கப் பட்டனர். அக்குடும்பத்தில் ஒருவர் கொலை செய்யப்பட்டார். இந்த வன்முறைச் செயல் மனிதத் தன்மையிலும் கலாச்சாரப் பன்மையிலும் சிறிதேனும் நம்பிக்கை கொண்டிருந்தவர்களுக்கு அதிர்ச்சியை யும் அவமானத்தையும் தந்தது. இந்தத் தாக்குதல் மாட்டுக்கறியை முன்னிட்டு இந்துக்களையும் முஸ்லிம்களையும் அந்நியப்படுத்துகிற மதவாத அரசியலின் ஒரு பகுதியென்று அறிவுச் சமூகத்தில் பலரால் சரியாகவே அடையாளப்படுத்தப்பட்டது. அரசியல், கலாச்சாரத் தளங்களில் இந்து, முஸ்லிம் சமூகங்களை இரு துருவங்களாக்கும் வகையில் ஒரு பொருண்மையான குறியீடாகப் பசு முன்னிறுத்தப்படுகிற அதே நேரத்தில், இக்குறியீட்டின் கட்டமைப்பு பாலின ரீதியாக உள்ளதை நாம் கவனிக்க வேண்டும். இந்து மரபுச் சொல்லாடல் களில் பெண்மைக்கும் பசுவுக்குமான தொடர்பின் இழைகளை ஆராய்ந்து பார்த்தால், பாலினப் பாகுபாட்டைச் சாரமாகவும் ஆதாரமாகவும்

கொண்டிருக்கும் இந்தக் குறியீடு இந்துத் தேசியம் சார்ந்து உருவான விதங்களையும் இயங்கும் விதங்களையும் புரிந்துகொள்ள முடியும்.

தாத்ரித் தாக்குதல் நேர்ந்தவுடன் அதை அரசியல் உள்நோக்கம் கொண்டதென்று கண்டித்த உச்சநீதிமன்ற முன்னாள் நீதிபதி மார்க்கண்டேய கட்ஜு "பசு ஒரு விலங்கு மட்டும்தான், அது யாருக்கும் தாயாக இருக்க முடியாது. நான் மாட்டிறைச்சி உண்ண விரும்பினால் அதில் என்ன கெடுதி இருக்கிறது?" என்று நியாயமான வினாவை எழுப்பினார் (*The Indian Express*, அக்டோபர் 3, 2015). இந்துக்களின் தாயாகப் பசுவைத் தொடர்ந்து வியந்தோதும் பாரதிய ஜனதா கட்சியின் உறுப்பினர்களின் குரல்களுக்கு மத்தியில் கட்ஜு போன்ற சிலரின் மறுப்புக் குரல்கள் முக்கியத்துவம் வாய்ந்தவை. பாரதிய ஜனதா கட்சியின் நாடாளுமன்ற உறுப்பினரான சாட்சி மஹராஜ் "எங்கள் தாயைக் கொல்வதைப் பார்த்துக்கொண்டு சும்மா இருக்க மாட்டோம், அதற்காகக் கொல்லவும் கொல்லப்படவும் தயாராக இருக்கிறோம்" என்று அறைகூவல் விடுத்தார் (*The Economic Times*, அக்டோபர் 6, 2015). "பசு எங்கள் பாரத மாதா, உடலால் எங்கள் தாய், பாரத மாதா" என்று முழங்கினார் (*The Economic Times*, அக்டோபர் 6, 2015). பாரதிய ஜனதாவின் நடுவண் அரசின் மந்திரி கிரிராஜ் சிங் "ஒரு மனிதனுக்குத் தன் மனைவியோடு இருக்கும் உறவும் சகோதரியோடு இருக்கும் உறவும் வேறுபட்டது. அத்தகைய வேறுபாடு ஆட்டு மாமிசத்துக்கும் பசு மாமிசத்துக்கும் இடையே இருக்கிறது" என்று அறிவித்தார் (*The Indian Express*, அக்டோபர் 10, 2015). பாலியல் உறவுமுறை ஒன்றின் தகாததன்மை விலங்கின் இறைச்சியுணவுக்கு ஏற்றப் படுவது வெறும் சாதாரண உருவக வெளிப்பாடு அல்ல. மாட்டிறைச்சி உணவு சட்ட வகையிலான குற்றம் என்பதைத் தாண்டி சமுதாய வாழ்க்கைக்கு எதிரான தீயொழுக்கம் என்று அடையாளப்படுத்துகிற உத்தி அது.

இந்துக்களின் தாயாகப் பசுவை முன்னிறுத்துவதும் தகாத உறவோடு மாட்டிறைச்சியை உண்ணுவதை ஒப்பிட்டுக் கண்டிப்பதுமான இத்தகைய பேச்சுகள் இன்றைக்கு பாரதிய ஜனதா நடுவண் அரசாட்சியில் அமர்ந்திருப்பதால் வெளிவருவதாக நம்மில் சிலர் எண்ணலாம். ஆனால் இவற்றுக்கான அடித்தளங்கள் காலனிய காலகட்டத்திலேயே இடப்பட்டிருப்பதை வரலாற்றறிஞர்கள் எடுத்துக்காட்டியிருக்கிறார்கள் (உதாரணமாக, *Pandey 1990; Freitag 1980*). வடமேற்குப் பகுதியில் பஞ்சாபில் சீக்கிய நாமதாரிகள் 1870களிலேயே அமிர்தசரஸ் போன்ற இடங்களில் 'பசுவதையை' முன்னிட்டு, இஸ்லாமியருக்கும் ஆளும் ஆங்கிலேயருக்கும் எதிராக சீக்கிய முன்னணி ஒன்றை நிறுவ

முயன்றனர். சீக்கிய மதச் சீர்திருத்தவாதத்தோடு இணைந்திருந்த மாட்டிறைச்சிக்கு எதிரான அவர்களின் கொள்கையைப் பத்தாண்டுகளுக்குப் பின்னர் தயானந்த சரஸ்வதியின் இந்து மதச் சீர்திருத்தங்களைப் பேசிய அமைப்பான ஆரிய சமாஜம் கையிலெடுத்துக்கொண்டது. தனது 'கோகருணாநிதி' (1880) என்கிற ஆக்கத்தில் பசுத் தாயைக் கொல்வது இந்துக்களுக்கு எதிரான செயலென்று வாதிட்ட தயானந்த சரஸ்வதி பசுக்களைப் பாதுகாக்க 1882ஆம் ஆண்டு கோரட்சண சபைகளை நிறுவினார் (Bapu 2013, 128). மாட்டிறைச்சியை உண்ணுகிற கிறிஸ்துவ பிரிட்டிஷாரையும் இஸ்லாமியரையும் தாக்கி எழுதிய அவர் பசுக்களைக் காப்பாற்றுவதை இந்துக்களின் இன்றியமை யாத கடமையாக வரையறுத்தார் (Bapu, 128). பசு தேசத்தின் தாயென்றும் அதைக் காப்பாற்றுகிற செயற்பாட்டால் தேசம் வலிமை பெறும் என்றும் ஆரிய சமாஜம் பரப்புரை செய்தது (Bapu, 128). தொடக்கத்தில் சீர்திருத்த நோக்கில் சீர்திருத்தவாதி களால் விமர்சிக்கப்பட்ட இந்து சமூகத்தின் நொய்மை, இந்துத் தேசியச் சொல்லாடல்களில் காலனியத் தாக்குதலால் தேசத்துக்கு உண்டான ஒரு நிலைமையாக மாற்றம் பெறத் துவங்கியது.

இந்த மாற்றம் ஒரு தளத்தில் பெண்மையின் 'ஆதரிச நிலை' என்று கருதப்படும் தாய்மையைக் குறியீட்டு முதலீடாகக் கொண்டது; இத்தோடு இணைந்த இன்னொரு தளத்தில் தாக்குதலுக்கு ஆளாகக்கூடிய, பலவீனமான நிலைமையை உருவகப்படுத்தப் பொருண்மையான பொருளாகப் பசுவின் உடல் உதவிகரமாக இருந்தது. இந்துத் தேசியச் சொல்லாடல்களில் இவ்விரண்டையும் இணைத்து தேசத்துக்கான குறியீடாகப் 'பசுத்தாய்' நிறுவப்பட்டது. ஏற்கெனவே இந்துச் சமய நூல்களில் பசுவோடு இணைந்த தாய்மை குறித்த சொல்லாடல் இதற்கு வழியமைத்துத் தந்தது. அதாவது, காலனியக் காலகட்டத்தின் பசுத்தாய்க் குறியீடு வெறுமையிலிருந்தோ தற்செயலான கற்பனையிலிருந்தோ உருவானதல்ல. மேற்கொண்டு இதை விவாதிக்கும் முன்னர், பசுவின் உடலையும் தாய்மையையும் இணைத்துக் காலனியக் காலகட்டத்தில் செய்யப்பட்ட சில பரப்புரைகளைப் பார்க்கலாம்.

ஆரிய சமாஜத்தின் தாக்கத்தால் பத்தொன்பதாம் நூற்றாண்டின் இறுதிப் பத்தாண்டுகளில் பசுவைப் பாதுகாக்கும் சபைகளும் அமைப்புகளும் வட இந்தியாவில் பிரபலமடைந்தன. பத்தொன்பதாம் நூற்றாண்டின் கடைசியிலும் 1920கள் வரையிலும் பசுவை முன்னிட்டுக் கலவரங்களும் கிளர்ச்சிகளும் வட இந்தியாவில் நடந்தன (Freitag 1980). குறிப்பாக 1886ஆம் ஆண்டு பசுக் கிளர்ச்சிகள் பரவிய சூழலில் அலஹாபாத் நீதிமன்றம்

'இந்தியக் குற்றவியல் சட்டம், பிரிவு 295க்குள் பசு புனிதப் பொருளாக வராது, எனவே பசுக்களை அறுக்கிற இஸ்லாமியர்கள் மத வன்முறையைத் தூண்டுபவர்களாகக் கருதப்பட மாட்டார்கள்' என்று தீர்ப்பளித்தது *(Bapu 129)*. அத்தீர்ப்புக்குப் பின்னர் உடனடியாக அலஹாபாத்தில் பசுப்பாதுகாப்பு அமைப்புகள் தோன்றின, சில வருடங்களுக்குப் பின் இந்த அமைப்புகள் கிழக்கு உத்தரப் பிரதேசம் போன்ற பகுதிகளில் பிரபலமடைந்தன *(Bapu, 129)*. தகவல் தொடர்பும் பிரசுர வசதிகளும் ஏற்பட்டதால் துண்டுப் பிரசுரங்கள், கவிதைகள், போஸ்டர்கள், நாடக நூல்கள் போன்றவற்றின் வாயிலாகப் பசுத்தாயின் புகழ் பரப்பப்பட்டது; காசி போன்ற இடங்களிலிருந்து பசுத்தாய் குறித்த 'கோசேவக்' போன்ற பத்திரிகைகள் வெளிவந்தன; பொதுக்கூட்டங்கள் நடத்தப்பட்டு பசுவின் படங்கள் காட்சிக்கு வைக்கப்பட்டன; சுற்றுக்கு விடப்பட்டன *(Gupta 2001)*. விநியோகிக்கப்பட்ட துண்டுப் பிரசுரங்கள் பசுவை அறுப்பதைத் தாயைக் கொலைசெய்வதோடு மட்டுமன்றி தகாத உறவு கொள்வதோடும் ஒப்பிட்டன *(Pandey 185)*.

அன்றையசூழலில் பொதுக்கூட்டங்களில் காட்டப்பட்ட இரண்டு படங்களை விவரிக்கிறார் வரலாற்றாய்வாளர் சாரு குப்தா *(2001, 4296)*. அவற்றில் ஒன்று, ஒரு பசு இஸ்லாமியக் கசாப்புக்காரர்களால் வெட்டப்பட்டு, 'இன்றைய நிலைக்குத்' தள்ளப்பட்டதன் படம்; இரண்டாவது, உடலில் இந்துத் தெய்வங்களும் புனிதர்களும் 'வசிக்கின்ற' பசுவின் படம். இரண்டாவது படத்தில் பசுவின் மடியில் கன்றொன்று பால் குடிக்க, 'இந்து' என்று பெயரிடப்பட்ட ஒரு பெண் தன் கையில் பாத்திரத்தோடு கன்று பால் குடித்து முடியக் காத்திருக்கிறாள். பசுவின் பின்னால் தர்மராஜ் என்ற பெயரில் கிருஷ்ணன் இருக்கிறான். பசுவை முன்னாலிருந்து இஸ்லாமியர் என அடையாளப்படுத்தக்கூடிய இராட்சத உருவம் 'கலியுகம்' என்னும் வாளோடு தாக்குகிறது. தாக்குதலுக்கு உள்ளாகிற மென்விலங்காக மட்டும் பசு இத்தகைய காட்சிப்படுத்தல்களில் இடம்கொள்ளவில்லை. தெய்வத்தின் வன் உருவமாகவும் பசு சில படங்களில் சுட்டப்பட்டது. உதாரணமாக, ஒரு படத்தில் சிங்கத்தின் மேலேறிவரும் அஷ்டபுஜதேவி பசுவொன்றின் தலையை வெட்டிய இரண்டு கசாப்புக்காரர்களைக் கோரமாகத் தாக்குகிறாள். கொல்லப்பட்ட பசு உயிர்த்துப் பழிவாங்கக் கூடிய தெய்வமாக மாறுவதாக இதைக் கொள்ளமுடியும் *(Gupta, 4296)*.

காலனியக் காலகட்டத்தில் பொதுவெளியில், கூட்டங்களில் பரப்பப்பட்ட இப்படங்கள் காட்சி அனுபவங்களாக மாத்திரம்

அல்ல. விளைவுகளை உண்டாக்கக்கூடிய நிகழ்த்துதல்களாக அவையிருந்தன. உத்தரப் பிரதேச ஆஸம்கர் மாநிலத்தில் 1880களின் இறுதியில் நடந்த பசு பாதுகாப்புக்காக நடந்த ஒரு கூட்டத்தைப் பற்றி சண்ட்ரா பிரைடெக் என்கிற வரலாற்றாய்வாளர் தருகிற வர்ணனை இது (1980, 608–609): ஒரு ஜமீன்தார் நடத்திய கூட்டத்தில் ஐயாயிரத்திலிருந்து ஆறாயிரம் பேர் வந்திருக்கிறார்கள். அவர்களுக்கு மட்பாண்டங்களும் அத்யாவசியப் பொருள்களும் கொடுக்கப்பட்டன. கூட்டத்தில் பசுவைப் பாதுகாக்கக் கோரிக்கை வைக்கப்பட்டது. இந்துக் கடவுள்கள் உடலிலிருக்கும் பசுவின் படமொன்று ஒரு ஸ்டூலில் வைக்கப்பட்டது. படத்தின் பிரதிகள் கூட்டத்தில் விநியோகிக்கப்பட்டன. கூட்டத்தில் "பசுவிடமிருந்து அதன் கன்று பால் குடித்த பின்தான் கறக்க வேண்டும்," "ஒவ்வொரு மனிதரும் பசுவின் பாலைக் குடிப்பதால் பசு உலக அன்னை, எனவே பசுவைக் கொல்லுதல் தாயைக் கொல்லுவதாகும்" என்றெல்லாம் உரையாற்றப்பட்டது. படத்தில் வாளோடு இருந்த உருவம் இஸ்லாமியரோடு அடையாளப்படுத்தக் கூடியதாக இருந்தது. இத்தகைய கூட்டங்களில் பசுத்தாயின் கொலையைத் தடுப்பதற்காகச் சபையை நிர்மாணிக்க, விதிகளை வரைய, அதிகாரிகளை நியமிக்க முடிவு செய்யப்பட்டது.

மதச் சடங்கை ஒத்த இத்தகைய நிகழ்வுகளில் பசுவின் படங்கள் பெண் பாலினத் தன்மை கொண்ட தேசத்தைக் கட்டமைக்கும் வகையில் செயற்பட்டன. பசுவின் தாக்குதலுக் காளாகும் தன்மையும் அதன் சக்தியும் இந்துத் தேசத்துடைய பண்புகளாகக் கூட்ட நிகழ்த்துதல்களில் கட்டமைக்கப்பட்டன. இங்கே பசுவின் சக்தி இரு வகைகளில் உருவகிக்கப்படுகிறது. ஒன்று, கடவுள்களைத் தன் உடலில் கொண்டிருப்பதால் பசுவுக்கு உள்ளுறையாகப் புனையப்படுகிற புனித சக்தி; இன்னொன்று பசுவின் பால் மூலமாக மனிதர்களுக்குக் கிட்டுவதாகச் சொல்லப்படுகிற உடலாற்றல். இணையானதொரு தளத்தில், பசு சுட்டுகிற இந்து தேசத்தின் ஆன்மிக சக்தியைக் குடிகள் பெறுதலும் பசுவின் பால் மூலம் உடல் வலுப் பெறுதலும் குடிகளுக்கு வழிமொழியப்படுகின்றன. தயானந்த சரஸ்வதி இந்தியர்களின் சக்திக் குறைவும் உடல்நலச் சீர்கேடும் நாட்டில் பால்வளம் குறைந்ததால் ஏற்பட்டது, இதற்குப் பசுவதையே காரணம் என்று வாதிட்டது இவ்விடத்தில் நினைவுகூரத்தக்கது (*Bapu*, 128). பின்னர் 1920களிலிருந்து இந்து மகாசபை போன்ற அமைப்புகளால் பசு–தாய்–இந்துத் தேசம் என்னும் மதவாதச் சமன்பாடு முன்னெடுக்கப்பட்டது, இன்று வரை இச்சமன்பாடு இந்துத்துவச் சொல்லாடல்களில் ஆதிக்கம் செலுத்துவதைப் புரிந்துகொள்ள இத்தகவல் பின்னணி உதவலாம்.

இந்துத் தேசியர்களைத் தாண்டி காந்தி போன்ற பெருந்தலைவர்களின் எழுத்திலும் 'பசு இந்துக்களின் தாய்' என்கிற வாதத்தைப் பார்க்க முடிகிறது. பசுவதைத் தடைச் சட்டம் இயற்றுவதை காந்தி ஏற்றுக்கொள்ளவில்லை. இஸ்லாமியரின் மன மாற்றம் மூலமாக மட்டுமே பசுவதைத் தடுப்பு சாத்தியம் எனக் கருதினார் அவர். பசுவதைத் தடைச் சட்டம் 'இந்துக்களற்ற இந்தியர்களின்மேல் திணிக்கப்படும் பலவந்தமாக இருக்கும்' என்ற கருத்து அவருக்கு இருந்தது. ஆரிய சமாஜத்தின் கொள்கையான கோரக்ஷணம் (பசுப் பாதுகாப்பு) என்கிற சொல் முஸ்லிம்களுக்கு எதிராகவும் வலுச்சண்டையைக் குறிக்கும் முகமாகவும் இருந்ததால் ஆரிய சமாஜ அமைப்புகளிலிருந்து மக்களை அந்நியப்படுத்தவே 'கோ சேவை' (பசுத் தொண்டு) சங்கத்தை அவர் ஏற்படுத்தினார் என்று கருதுவோருமுண்டு (Pal 1996, 55). என்றபோதும், 'இரக்கத்தின் கவிதை' என்றும் 'மனிதருக்குக் கீழான உயிர்வகைகளில் ஆகத் தூய்மையானது' என்றும் பசுவை வர்ணித்த காந்தி, தாய்மையோடு அதை இணைத்துப் புகழத் தவறவில்லை (Kamath 2007, 125): "நம்மைப் பெற்ற தாயைவிடப் பசுத்தாய் பன்மடங்கு சிறப்பானவள். நம் தாய் நமக்கு ஓரிரு வருடங்கள் பால் கொடுத்துவிட்டு நாம் வளர்ந்தபின் அவளைப் பார்த்துக்கொள்ள வேண்டுமென்று எதிர்பார்க்கிறாள். பசுத்தாயோ நம்மிடமிருந்து புல்லையும் தானியங்களையும் தவிர எதுவும் எதிர்பார்ப்பதில்லை" (Kamath, 125). "பசுவைப் பாதுகாக்க இந்துக்கள் உள்ளவரை இந்து சமயம் நிலைத்திருக்கும்" என்றும் கருதினார் காந்தி (Kamath, 126). இவற்றிலிருந்து இந்திய தேசம் இந்துக்களுடையது மட்டுமல்ல என்பதில் காந்தி உறுதியாக இருந்தார் என்று நமக்குத் தெரிகிறபோதும், இந்துக்களின் கடமை, தர்மம் ஆகியவற்றின் அடிப்படையாகப் பசு–தாய் என்கிற கண்ணி அவர் சிந்தனைகளிலும் இறுக்கமாகவே இருந்ததென்பதையும் அறிகிறோம்.

காலனிய வரலாற்றில் வட இந்தியாவை ஒப்பிடுகையில் தமிழகத்தில் பசுவை மையப்படுத்திய அரசியல் கலகங்களும் கிளர்ச்சிகளும் பெரிய அளவில் நடந்ததாகத் தெரியவில்லை. ஆஷ் என்ற ஆங்கிலேய அதிகாரியைச் சுட்டுக்கொன்ற வாஞ்சிநாதனின் சட்டைப்பையிலிருந்த கடிதத்தில் 'கோமாமிசம் தின்னக்கூடிய மிலேச்ச[ன்]' என்று ஆங்கிலேய அரசனைச் சுட்டி ஒரு குறிப்பு வருகிறது (சிவசுப்பிரமணியன் 2009). பசுக்களின் பாதுகாப்பும் பசுத்தாயின் அருமையும் இங்கேயும் விதந்தோதப் பட்டிருக்கின்றன. எடுத்துக்காட்டாக, காரைக்குடியிலிருந்து வெளிவந்த *குமரன்* இதழில் (09/01/1924) அரு. சோம. என்பவர்

எழுதிய 'பசு பரிபாலனம்' என்கிற கட்டுரை கிலாஃபத் கிளர்ச்சியின் சூழலில் காந்தியால் பசுவதை குறித்து இஸ்லாமியரிடத்தில் 'மனமாற்றம்' ஏற்பட்டதெனக் குறிப்பிடுகிறது: "முஸ்லிம் மதத்தினர் தங்களுடைய பக்ரித் பண்டிகைகளில் நீண்ட நாட்களாகப் பசுவதை புரிந்துவந்தார்கள். ஆனால் இந்நாளிலே நமது நாட்டிலே உற்றிருக்கும் அரசியற் கிளர்ச்சியின் காரணமாகவும் காந்தியடிகளின் அரிய உபதேசத்தின் பயனாகவும் அஃது அறவே ஒழிந்துபோனது நமது மகிழ்ச்சியைத் தருவதேயாகும்."

இஸ்லாமியர்களைப் புகழும் இந்தக் கட்டுரை அதே வீச்சில் மாட்டிறைச்சியைக் குறிப்பிட்டுக் காலனிய ஆட்சியாளர்களை விமர்சிக்கிறது. கூடவே பசுவை மனிதகுலத்தின் தாயாகக் காட்டி, அதைக் காப்பாற்றும் கடமையை உபதேசிக்கிறது: "இதனை எழுதும்போழ்து எனது எழுதுகோல் நடுங்குகிறது. உள்ளம் துடிக்கிறது. சில மிலேச்சர்கள் ஊன் விழைந்து கிழட்டுப் பசுவினங்களை விலைக்கு வாங்கி வெட்டி அவித்து விலாப்புடைக்கத் தின்கிறார்கள். பசுவினங்களின் சொந்தக் காரர்கள், 'கிழட்டு வரட்டுப் பசு நமக்கு எதற்கு' என்று பணத்திற்காசைப்பட்டு விற்றுவிடுகிறார்கள். அவ்வாறு அடிமாட்டிற்கு விற்கப்படும் பசு, தனது இளம்பிராயத்தில் இனிய பாலை நன்கு பொழிந்து நம்மை வளர்த்ததை உணருகின்றார்களில்லை! தாம் வளர்த்தது என்பதையும் உணருகின்றார்களில்லை! என்னே! காலத்தின் கொடுமை! அந்தோ! பரிதாபம்!! தாம் பரிந்து வளர்த்த பசுக்களை இவ்வாறு கொலையுண்டு போதற்கு விற்கலாமா? பால் சுரந்து நம்முடலைப் பரிபாலித்த நன்றியை மறக்கலாமா?"

தாய்மையோடான பசு காலனியக் காலகட்டத்தில் முக்கியமான பண்பாட்டுக் குறியீடாக ஊக்குவிக்கப்பட்டதை மேலே கூறியவற்றிலிருந்து தெரிந்துகொள்ளலாம். இந்துக்கள் பலரும் மாட்டிறைச்சி புசித்த நடைமுறை யதார்த்தத்தையும் தாண்டி இது நிகழ்ந்திருக்கிறது. கிறித்துவத்தில் குறியீடாகப் பேசப்படும் ஆட்டுக்குட்டி என்பதைப் போலன்றி இந்து மரபுகளில் பசு தெளிவான பாலின, வாழ்நிலை அடையாளங்களோடு உள்ளது. பெண்மையின் ஆதரிசமாக வியந்தோதப்படுகிற தாய்மை நிலையோடு பசு எவ்வாறு இந்துப் பண்பாட்டுச் சொல்லாடல்களில் உயரிய இடத்துக்கு வந்து சேர்ந்தது, பிற விலங்குகளுக்கு இல்லாத எந்தப் பண்பாட்டு முகாந்திரங்கள் இதற்கு இருந்தன போன்றவை மேற்கொண்டு ஆய்வுக்குரியவை. பசுவின் பால் மட்டுமல்லாமல் எருமையின் பாலும் மனிதர்களுக்கு உணவாவதால், பசு–தாய்மை பிணைப்புக்கு அதன் பால் உணவாவது மட்டும் அடிப்படையல்ல என்று கருதத் தோன்றுகிறது.

வேத காலத்தில் ஆரியர்கள் தயக்கமில்லாமல் மாட்டிறைச்சி உண்டதைப் பலரும் எழுதியிருக்கிறார்கள். வேள்வியில் மட்டுமல்ல, வேள்விக்கு வெளியிலும் நீத்தார் சடங்குகள், திருமணங்கள், விருந்தினர் வருகை போன்ற குடும்ப நிகழ்வுகளில் மாட்டிறைச்சி உண்ணப்பட்டிருக்கிறது. சதபத பிராமணம் போன்ற வேதப் பகுதிகள் பசு உள்ளிட்ட கால்நடைகளைப் பார்ப்பனர்கள் உட்பட பலரும் உண்டதற்குச் சான்றுகளைத் தருகின்றன (Korom 2000; Jha 2002). வேதத்தில் பெண் பாலினச் சுட்டோடு சில இடங்களில் வருகிற அக்ன்யா (Aghnya) என்கிற சொல்லைக் குறிப்பிட்டு 'கொல்லப்படாதது பசு' என்கிற கருத்தைச் சில இந்துத்வர்கள் வலியுறுத்துகிறார்கள். குழப்பமான இச்சொல்லைப் பற்றி சமஸ்கிருத அறிஞர்கள் மத்தியில் விவாதங்கள் நடந்திருக்கின்றன. 'கொல்லப்படாதது' என்பதை இடக்கரடக்கலாகப் பொருள்கொள்ளக் கூடிய சாத்தியமும் உண்டு (பார்க்க: Alsdorf 2010, 72–73). அதாவது, வேள்வியில் இடப்படுகிற பலிப் பசு உண்மையில் கொல்லப்படுவதில்லை என்பது போலப் பொருள்கொள்ளச் சாத்தியமிருக்கிறது. பொதுவாக வேள்வி பற்றிய வேதக் குறிப்புகளில் 'கொல்லுதல்' என்கிற வினைச்சொல் அப்படியே பயன்படுத்தப்படுவதில்லை என்பதும் நோக்கத்தக்கது.

வேள்வியில் அவிர்ப்பலியாகத் தருகிற பசு கொல்லப்படுவதாக எண்ணப்படுவதில்லை என்பதற்குத் தமிழிலிருந்தே சான்றுகள் தரமுடியும். வில்லிபுத்தூரார், நல்லாப்பிள்ளை உள்ளிட்ட பலரது தமிழ் மகாபாரத நூல்களைத் தழுவி, த. சண்முகக் கவிராயரால் எழுதப்பட்ட *ஸ்ரீமஹாபாரத வசனம்* நூலில், அநுஸாஸன பருவத்தில் 'உமாமகேச ஸம்வாதமுரைத்த சருக்கம்' என்று ஒருபகுதி வருகிறது. அதில் கடைத்தேற்றுகிற தருமம் எதுவென்று பார்வதி கேட்க, சிவன் கொல்லா விரதமே எல்லாத் தருமத்திற்கும் மேலானது என்று பல பக்கங்களுக்கு விளக்குகிறார். கலப்பை பிடித்து உழுகிறபோது ஜீவன்கள் கொல்லப்படுவது, விளக்கேற்றி வைத்தால் விட்டில் பூச்சிகள் அதில் வந்து மாய்வது போன்றவை கொல்லும் பாவத்தைச் சேர்க்காது என்கிற ஈசுவரன் வேத வேள்வியைப் பற்றிக் கூறுகிறார்: "வேத விதிப்படி யாகங்கள் பண்ணும்போது பசுக்கள் முதலியவற்றை அவிர்ப்பாகங் கொடுக்க, அதை அவர்கள் உண்டு களிக்குங் காரணத்தினால் கொல்லா விரதத்திற்குண்டான பலன் கிடைக்கும். குற்றமில்லை. இதற்குத் திருட்டாந்தமாக ஒரு கதையுண்டு. பூர்வம் முறை நெறி மாறாமல் செங்கோல் செலுத்திவந்த அந்தித்தேவனென்னும் அரசன் ஒருவன் இருந்தான். அவன் நூறுகோடி பசுக்களைக் கொன்று எச்ஞும் கண்டு

மேலான பேறடைந்தான். இன்னும் அந்தப் பசுக்களினுடைய இனங்கள், நான் வருகின்றேன், நான் வருகின்றேன் என்று யாக முன்னிலையில் உடலையொறுத்து உயிர்விடுவதற்காகக் காத்துக்கொண்டிருக்கின்றன. . . .யாக முன்னிலையில் பசுபந்தனாதிகள் பண்ணி யாகஞ் செய்தால் அவர்களுக்குக் கொலை பாதகம் பொருந்தாது. அந்தப் பழியை மந்திர தேவதைகள் ஏற்றுக்கொள்வார்கள்" (1969, 292-93).

பசு வேள்விப் பொருளாக இருந்ததையும் புசிக்கப் பட்டதையும் பற்றிப் பேசும்போது, துவக்க கால வேதப் பண்பாட்டிலேயே (1500 BCE) பசுவுக்குத் தனிப்பட்ட இடம் தரப்பட்டிருக்கிறது என்பதையும் குறிப்பிடவேண்டும். மார்வின் ஹாரிஸ் போன்றவர்கள் முன்வைக்கிற பொருளாதாரக் காரணங்களுக்கு அப்பால், பண்பாட்டு மதிப்பீடு பெற்றிருந்த குறியீடாகப் பசு அக்காலத்தில் இருந்தது என்று எழுதுகிறார் ப்ராங்க் கோரம் (2000) என்கிற சமயத்துறை ஆய்வாளர். வேள்விகளில் பசுவும் பசுவிடமிருந்து கிடைக்கும் நெய் போன்றவையும் அவிர்ப்பலியாகக் கொடுக்கப்பட்டன என்பதற்கு மேலாகப் பிரபஞ்சத்தின் முழுமையோடு பசு அடையாளப் படுத்தப்பட்டது. அதர்வ வேதத்தில் (10.10.1) "எல்லாவற்றையும் உருவாக்குவதாக, எல்லாவற்றையும் உட்கொண்"டிருப்பதாகப் பசு காட்டப்படுகிறது. பிரபஞ்சத்துக்கும் பசுவுக்குமிடையேயான நுட்பமான மெய்யியல் சார்ந்த உறவை ரிக்வேதமும் பல இடங் களில் சுட்டுகிறது. இந்தச் சொல்லாடல்களில் பிரபஞ்சத்தோடு பசுவுக்கு இருந்த உறவு பின்னாட்களில் அது வழிபடக்கூடிய நிலையை அடையக் காரணமாக இருந்தது என்கிறார் கோரம் (2000, 187). வேதங்களில் தேவர்களின் தாயாகிய அதிதியோடும் பூமியோடும் பிரபஞ்ச நீர்களோடும் தாய்மையோடும் பேச்சோடும் கவிதையோடும் பசு ஒப்பிடப்பட்டதை வரலாற்றாய்வாளர் டி.என். ஜாவும் குறிப்பிடுகிறார், என்றாலும் அவற்றை வெறும் கவித்துவ வர்ணனைகள் என்று அவர் புறந்தள்ளிவிடுகிறார் (2002, 38). மற்ற விலங்குகளோடு ஒப்பிட பசுவுக்கு மட்டும் எதற்காக இத்தனை கவித்துவ வர்ணனைகள், கவனிப்பு தரப்படவேண்டும் என்பதற்கு அவரது நூலில் பதிலில்லை.

பசு பெற்றிருந்த இந்தத் தனித்துவம் அதை மக்கள் உண்ணுவதற்குத் தடையாக இருந்ததா என்றால் நிச்சயமாக இல்லை. வேதத்தில் சாந்தோக்கிய உபநிடதம் போன்ற பகுதிகளில் கொல்லாமை கொஞ்சம் பேசப்படுகிறது. ஆனால் சிரமண சமயங்களான சமணமும் பௌத்தமும் வேத வேள்விகளில் உயிர்ப் பலிகளுக்கு எதிரான வலுத்த நிலைப்பாட்டை எடுத்த பின்பே பசுவை உண்ணுதல் பாவம் என்கிற கருத்து தோன்ற

ஆரம்பித்தது. மகாபாரத ஆக்கம் முடிந்த நான்காம் நூற்றாண்டு வாக்கில் இக்கருத்து திடம் பெற்றிருக்கிறது *(Korom, 189).* அதாவது, சமயப் பண்பாட்டில் தனித்துவச் சிறப்போடும் வாழ்முறையில் இயல்பான உணவாகவும் இருந்த பசுவைப் புனிதக் குறியீடாக மாற்றி உணவுத் தளத்திலிருந்து அப்புறப்படுத்தும் சொல்லாடல்கள் சமண, பௌத்தத் தாக்கங்களால் உருப்பெற்று இதிகாசக் காலத்துக்குப் பிறகு பரவின, பின்னர் வைணவத்தில் கண்ணன் வழிபாடு போன்றவற்றால் மேலாண்மை பெற்றன என்று கருதலாம். இந்தச் சொல்லாடல்கள் எந்த அளவுக்கு உணவுத் தேர்வு நடைமுறையில் பாதிப்பைச் செலுத்தின, யாரையெல்லாம் பாதித்தன போன்றவை தனி ஆய்வுக்குரியவை.

தாய்மையோடு பசுவை இணைத்த வகையில், ரிக்வேதத்தின் பிரபஞ்ச உருவாக்கப் புராணம் தத்துவார்த்த முக்கியத்துவம் கொண்டது. "இந்திரன் குழப்ப களேபரத்திலிருந்த ஆதி நீர்களில்/நீர்களிலிருந்து பிரபஞ்ச ஒழுங்கொன்றைக் கட்ட முயல்கிறான். இந்த நீர்கள் ஒரு குகைக்குள் விருத்திரனால் அடைத்து வைக்கப்பட்டிருக்கின்றன. இந்திரன் விருத்திரனைக் கொல்கிறான். நீர்கள் பசுக்களின் கனைப்பொலிகளோடு தாழ்ந்து சரிந்தவண்ணம் சமுத்திரத்தை நோக்கி இறங்குகின்றன. இப்பசுக்கள் சூலுற்றது போல்வன. அவை கன்றை, சூரியனைப் (ஒளியை / வாத்சல்யத்தை) பெற்றெடுக்கின்றன. இவ்வாறாக நீர், ஒளி, வெப்பம் பிறப்பிக்கப்படுகின்றன. சட்டமும் ஒழுங்கும் நிலைநாட்டப்படுகின்றன. உயிர்களின் உருவாக்கம் முழுமையடைகின்றது. உலகம் அதனிடத்தின் வைக்கப்படுகிறது. வானமெனும் மேற்கூரை பரப்பப்படுகிறது." *(சுருக்கித் தந்திருக்கிறேன், பார்க்க: Korom, 190.)*

ஒழுங்கற்ற நீர்கள் பெண்மைத் தன்மையோடு மட்டுமல்ல, சூலுற்றதாகவும் சொல்லப்படுகின்றன இப்புராணத்தில். அதாவது ரிக்வேதத்தின் இந்த ஆதிப் புராணத்திலேயே பெண்மை அதன் வளமையோடு, இனப்பெருக்கக் கடமை வினையோடு தாய்மை நிலையில்தான் காட்டப்படுகிறது. இதைக் கவனத்தில் கொள்ள வேண்டியது அவசியம். மேலும், இப்புராணத்தில் நீர்கள் மட்டுமே பசுவாக அடையாளம் கொள்ளவில்லை, இந்திரன் 'வலுவான காளை' என்றே உவமிக்கப்படுகிறான். பசு (பெண்மை) இந்திரனின் (ஆண்மை) வித்தைப் பெறுவதாக இதைப் பொருட்கொள்ளலாம். வித்தை வாங்கிக்கொள்ளும் பாத்திரமாக, அதே நேரத்தில் படைப்புச் சக்தியாக, இடமாகப் பெண்மை குறிக்கப்படுகிறது. ஒளியோடும் வெப்பத்தோடும் பிறக்கிற சூரியன் பசு-பெண்-தாயிடமிருந்து பிறக்கிற கன்றாகிறது. இங்கே ஆண்மை ஒழுங்கற்ற, ஒழுங்குக்கு முன்பிருக்கிற

பெண்மையை ஒழுங்குக்கு உட்படுத்தி ஆள்வதாகக் காட்டப் படுகிறது. பாம்பாக உருவகப்படுத்தப்படும் விருத்திரன் எனும் அபாய சக்தியிலிருந்து பெண்மையை விடுவிக்கும் ரட்சகனாக ஆண்மை செயல்படுகிறது. பிரபஞ்சம் உருவாகும் வழியில் பெண்மையின் உள்ளூறை ஆற்றல் ஆண்மையாலேயே விடுவிக்கப்படுவதாக, வெளிவருவதாகச் சுட்டப்படுகிறது. இப்புராணத்தில் பசு–பெண்மை, இடம் என்கிற பரிமாணத்தின் உள்ளாற்றல் கொண்டதாகவும் காலம் என்கிற பரிமாணத்தின் துவக்கப் புள்ளியாக இருப்பதையும் காண்கிறோம். பெண்மையாக உருவகப்படுத்தும் இடத்தின் மீது, காலத்தின் மீது செயற்படும் உரிமையுள்ளதாக, இவற்றை நிர்வகிக்கும் உரிமையுள்ளதாக ஆண்மை கட்டமைக்கப்பட்டுவிடுகிறது.

ரிக்வேதத்தின் இந்த ஆதிப் புராணத்திலேயே பசுவை அதன் தாய்மை நிலையிலேயே காண்கிறோம் என்பது நோக்கத்தக்கது. விஷ்ணு புராணம் போன்ற பின்னாளைய நூல்களிலும் பசு–தாய்மை தொடர்பு தொடர்கிறது. மேலும் சிரமண மரபுகள் வைதீகத்தின் அவிர்ப்பலி, உணவுத் தேர்வு போன்றவற்றின் சொல்லாடல்களில் தாக்கம் செலுத்தியது போன்று வைதீக மரபின் பசுத்தாய் குறியீடு சிரமண மரபுகளுக்கும் சென்று சேர்ந்திருக்க வாய்ப்புள்ளது. இதற்கோர் எடுத்துக்காட்டு தமிழ்க் காப்பிய, பௌத்த நூலான மணிமேகலை விவரிக்கிற கொடை, தாய்மை, வளமை ஆகியவற்றை இயம்புகிற ஆபுத்திரனின் கதை. தாயால் கைவிடப்பட்ட ஆபுத்திரனைப் பசுவொன்று பால் கொடுத்து வளர்க்கிறது. பின்னர் பிராமணர்களால் எடுத்து வளர்க்கப்படுகிறான். ஒரு சமயம் வைதீக வேள்விக்காகக் கட்டப்பட்டிருக்கிற ஒரு பசுவைக் கருணையோடு ஆபுத்திரன் விடுவிக்க, அவனைத் தாக்கிய பிராமணர்களைப் பசு தன் கொம்புகளால் தாக்கிவிட்டு வனத்துக்குள் ஓடிவிடுகிறது. பின்னர் அள்ள அள்ள உணவு குறையாத பாத்திரம் பெண் தெய்வத்தால் அவனுக்குக் கிடைக்கிறது. பாத்திரம் உபயோகமற்றுப் போன பின் பசுப் பொய்கையில் அதைப் போட்டுவிட்டு அவன் உயிர் விடுகிறான். சாவகத் தீவில் ஆபுத்திரன், கன்று ஈனும் முன்னமே பால் சுரந்து மக்களைக் காக்கும் பசு வயிற்றிலிருந்து மீண்டும் பிறக்கிறான். சிரமண மரபுகளைப் பொறுத்து பசு–தாய்மை பெற்றிருக்கிற முக்கியத்துவத்துக்கு ஆபுத்திரனின் கதை ஓர் உதாரணம்.

பத்தொன்பதாம் நூற்றாண்டில் தயானந்த சரஸ்வதி இந்து மதத்தை மறுசீரமைக்க வேதங்களையே ஆதாரமாகக் கொண்டார். உருவ வழிபாட்டை, சடங்குகளை மறுத்த அவர்

அப்பாலைத் தன்மையோடான ஆரிய, இந்துக் கடவுளை முன்வைத்தார். இக்கடவுளிடமிருந்து வேதங்கள் பிறந்ததென்று நம்பினார். ஆங்கில ஆட்சி மறைந்து வேதத்தின் பொற்காலம் 'ஆரிய வர்த்த'த்தில் மீண்டும் வரவேண்டும் என்பது அவரது விருப்பமாக இருந்தது. வேத மரபுகளை விதந்தோதிய தயானந்த சரஸ்வதி போன்ற இந்து சீர்திருத்தவாதிகளின் வழியில் இந்துத் தேசியச் சொல்லாடல்கள் கட்டமைக்கப்பட்டபோது, இச்சொல்லாடல்களில் வேதப் பிரதிகளில் தனியிடம் பெற்று, பின்னர் காலப்போக்கில் திடப்பட்ட பசுத்தாய் குறியீடு முன் வரிசைக்கு வந்ததில் வியப்பில்லை. இக்குறியீட்டின் காலனியக் கதையாடலில் ஆரியர்களென குறிக்கப்படுகிற இந்துக்கள் இந்திரனின் வழித்தோன்றல்களாகவும் மற்றவர்கள் எதிரியான விருத்திரனுடைய உருவங்களாகவும் சுட்டப்பட்டார்கள்; எதிரிகளின் பிடியில் நொய்மையுற்றுத் துன்புறுவதாக, ஆனால் உள்ளார்ந்த ஆற்றலோடான, விடுவிக்கப்பட வேண்டிய அன்னைத் தேசமாகப் பசுத்தாய் உருவகப்படுத்தப்பட்டது. பிற்காலனிய காலகட்டத்தில் இன்று வரையிலும் இந்து அடையாள அரசியலில் பசுத்தாய் குறியீடு முன்வைக்கப்பட்டு, தேசத்துக்கு 'நம்பகமான' சுயங்களும் 'எதிரி'களான மற்றமைகளும் கட்டமைக்கப்பட்டபடிதான் இருக்கின்றன.

பசுத்தாய் குறியீடு இந்துக்களற்ற மற்ற மதத்தினருக்கு, குறிப்பாக இஸ்லாமியருக்கு மட்டும் எதிரானதல்ல. பெண்களும் எச்சரிக்கையோடு பார்க்க வேண்டிய குறியீடு அது. பெண் பாலியலையும் துணைக்கான தேர்வையும் கட்டுப்படுத்தக் கூடியது அது. பெண்களையும் பசுக்களையும் இணைத்துப் பேசிச் சில வன்முறைகளை இந்துத்துவ அடிப்படைவாதிகள் நடத்தியிருக்கிறார்கள். ஒரு உதாரணம்: மங்களூரில் 2014ஆம் ஆண்டு தன் கடையில் வேலை செய்த பெண்ணை வீட்டில் விடப்போன இஸ்லாமியர் ஒருவர் பஜ்ரங்தள் தொண்டர்களால் தாக்கப்பட்டார். அவர் 'காதல் ஜிஹாத்' செய்தார் என்று குற்றஞ்சாட்டியது பஜ்ரங்தள். அப்போது மூத்த வழக்கறிஞரும் விஸ்வ ஹிந்து பரிஷத்தின் தலைவர்களில் ஒருவருமான ஜக்தீஷ் ஷெனவா "எங்களுக்கு வன்முறையில் நம்பிக்கையில்லை. ஆனால் அவர்கள் எங்கள் பசுக்களையும் பெண்களையும் விட்டுவிடவேண்டும், அல்லது எங்களுடைய பதில் தாக்குதலுக்குத் தயாராக இருக்கவேண்டும்" என அறைகூவல் விடுத்தார் (Firstpost, அக்டோபர் 29, 2014). பெண்களின் இனப்பெருக்கப் பொருளியலை ஆணாளுகைக்குள் வைத்துக்கொள்கிற சொல்லாடலின் வகைமாதிரியாக இது இருக்கிறது. எனவே பசுத்தாய் குறியீட்டைத் தொடர்ந்து கட்டுடைப்பதும் விசாரணை செய்வதும் பெண்களின்

தேசம்–சாதி–சமயம்

நலன்களுக்கு உகந்ததாகவே இருக்கும். இன்றைக்கு இன்றியமையாத பெண்ணிய அரசியற் செயற்பாடும் இது என்பது உறுதி.

(இக்கட்டுரை காலச்சுவடு இதழில் [எண், 191, நவம்பர் 2015] வெளியானது)

உதவிய நூல்கள், கட்டுரைகள்

ஆங்கிலம்

Alsdorf, Ludwig. *The History of Vegetarianism and Cow-Veneration in India*. Trans. Bal Patil. New York: Routledge, 2010.

Bapu, Prabhu. *Hindu Mahasabha in Colonial North India, 1915-1930: Constructing Nation and History*. New York: Routledge, 2013.

Freitag, Sandria B. "Sacred Symbol as Mobilizing Ideology: The North Indian Search for a 'Hindu' Community." *Comparative Studies in Society and History,* 22.4 (1980): 597-625.

Gupta, Charu. "The Icon of Mother in Late Colonial North India: 'Bharat Mata', 'Matri Bhasha' and 'Gau Mata.'" *Economic and Political Weekly,* 36. 45 (2001): 4291-4299.

Jha, D.N. *The Myth of the Holy Cow*. New York: Verso, 2002.

Kamath, M.V. *Gandhi: A Spiritual Journey*. Mumbai: Indus Source Books, 2007.

Korom, Frank J. "Holy Cow! The Apotheosis of Zebu, or Why the Cow Is Sacred in Hinduism." *Asian Folklore Studies,* 59. 2 (2000): 181-203.

Pal, Amar Nath. "The Sacred Cow in India : A Reappraisal." *Indian Anthropologist,* 26. 2 (1996): 53-62.

Pandey, Gyanendra. *The Construction of Communalism in Colonial North India*. New Delhi: Oxford University Press, 1990.

தமிழ்

த. சண்முகக்கவிராயர். *ஸ்ரீமஹாபாரதவசனகாவியம்*. சென்னை: *இரத்தின நாயகர் அண்ட் சன்ஸ்,* 1969.

ஆ. சிவசுப்பிரமணியன். *ஆஷ்கொலையும் இந்தியப் புரட்சி இயக்கமும்*. நாகர்கோயில்: *காலச்சுவடு,* 2009.

(மற்றும் நாளிதழ்கள், செய்திக் குறிப்புகள்)

8

“திராவிட இலக்கியம் எனும் கணவன் மைய இலக்கியம்:” அறிஞர் அண்ணாவின் சிறுகதைகள்

“திராவிட இலக்கியம் எனும் கலக இலக்கியம்” என்ற தலைப்பில் பேராசிரியர் ராஜ் கௌதமனின் கட்டுரை ஒன்று *தி இந்து தமிழ் திசை* நாளிதழில் (மார்ச் 31, 2019) வெளியானது. அதில் சிந்தனையாளர் பக்தினைப் பேராசிரியர் மேற்கோள் காட்டி திராவிட இலக்கியம் “உன்னத இலக்கிய விக்கிரங்களை” உடைத்தது என்று கருத்து தெரிவித்திருந்தார். குறிப்பாகத் “திராவிட இலக்கியத்தின் உதயத்தோடுதான் இலக்கியச் சொல்லாடலுக்குள், விபச்சாரிகள், விடன், திருடன், மில் தொழிலாளி, வண்டிக்காரன், வேலைக்காரி, கூலிக்காரன், ஏழை ஆகியவர்கள் வந்தார்கள்” என்று எழுதியிருந்தார். கூடவே புனிதங்களை, புராணங்களைப் “பகடி செய்தல்,” கதாபாத்திரங்களின் பெயர்கள் போன்றவற்றின் வாயிலாக “வார்த்தைகளுக்கும் அதிகாரத்துக்குமான சம்பந்தம் துண்டிக்கப்படுகிறது,” அதனால் “ஒடுக்கப்பட்ட மனங்கள் அவிழ்க்கப்படுகின்றன” என்றெல்லாமும் கருத்து தெரிவித்திருந்தார்.

இக்கட்டுரை ராஜ் கௌதமனால் 1995 வாக்கில் அப்போதிருந்த காலகட்டத்தில் எழுதப்பட்டது என்றும், பின்னர் அவர் பார்வையில் திராவிட

இயக்கப் பொற்காலம் என்கிற கருத்தாக்கம், அதன் இடைநிலைச் சாதிய உள்ளடக்கம் உள்ளிட்டவை விமர்சிக்கப்பட்டன எனவும் இக்கட்டுரையைக் குறித்து எழுத்தாளர் ஜெயமோகன் தன் இணையதளத்தில் எதிர்வினையாற்றியிருந்தார். ராஜ் கௌதமன் இக்கட்டுரையை எழுதிய வருடம் *இந்து தமிழ் திசை* நாளிதழில் அவருடைய இந்தக் கட்டுரை பிரசுரிக்கப்பட்ட போது குறிப்பிடப்படவில்லை. ஆனால் பிறகு *இந்து தமிழ் திசை* எடிட்டர் சமஸ் அந்தக் கட்டுரை "அதன் இன்றைய பொருத்தப்பாட்டில் ராஜ் கௌதமனின் முழு ஒப்புதலுடனேயே வெளியிடப்பட்டிருக்கிறது" என அறிவித்தார். தவிர, ராஜ் கௌதமனின் கட்டுரை இலக்கியவாதிகள் உட்படப் பலராலும் எந்த விமர்சனமுமின்றி முகநூலில் பகிரப்பட்டது. இவற்றைக் கருதி இந்த எதிர்வினையை முன்வைக்கிறேன்.

அண்ணாவின் அரசியல் சிந்தனைகள், சமூக மாற்றத்துக் கான முன்னெடுப்புகள் ஆகியவற்றில் எனக்கு மரியாதை உண்டு என்றாலும் திராவிட இலக்கியம் குறித்த ராஜ் கௌதமனின் பார்வையை மறுப்பது அவசியம் என எண்ணுகிறேன். ராஜ் கௌதமனின் கருத்துகளை இடையீடு செய்ய எழுதிய கட்டுரை என்பதால் அவருடைய கட்டுரைத் தலைப்பைப் போல் தொனிக்கும் விதமாகத் தலைப்பிட்டிருக்கிறேன்.

முதலாவது திராவிட இயக்கத்தின் உதயத்தோடுதான் "விபச்சாரி," கூலி, பணியாளர்கள் போன்றவர்கள் நவீன இலக்கியத்துக்குள் வந்தார்கள் என்ற ராஜ் கௌதமனின் வாதம். இது மறுக்கப்படவேண்டியதாக உள்ளது. அறிஞர் அண்ணாவைக் கட்டுரையின் பெரும்பகுதியில் சுட்டுகிறார் ராஜ் கௌதமன். அண்ணா படைத்திருக்கும் பெரும்பகுதி திராவிட இயக்கத்துக்கு முன்பே புதுமைப்பித்தனின் பல கதைகளில் பிச்சைக்காரர்கள், ஓட்டல் பணியாளர்கள், பாலியல் தொழிலாளிகள், தோட்டத் தொழிலாளர்கள், ரிக்ஷாக்காரர்கள் போன்ற விளிம்புநிலை மக்கள் மையக் கதாபாத்திரங்களாக இடம்பெற்றிருக்கிறார்கள். இது மிஷின் யுகம் *(1934)*, கவந்தனும் காமனும் *(1934)*, மகா மசானம் *(1941)*, கண்ணன் குழல் *(1934)*, பொன்னகரம் *(1934)*, தனி ஒருவனுக்கு *(1934)*, குப்பனின் கனவு *(1934)*, துன்பக் கேணி *(1935)* ஆகியவை சில உதாரணங்கள். புதுமைப்பித்தனின் காலகட்டத்தைச் சேர்ந்த மற்ற எழுத்தாளர்களிடமும் இத்தகைய கதாபாத்திரங்களைப் பார்க்கலாம். உதாரணமாக, கு.ப. ராஜகோபாலனின் பிச்சைக்காரன் மகள், என்ன அத்தாட்சி, வாழ்க்கைக் காட்சி, தனபாக்கியத்தின் தொழில் போன்ற கதைகள். ஆனால், இந்தக் கட்டுரையில் ஓர்மைக்காகப் புதுமைப்பித்தனின் சில கதைகளைச் சுட்டியே எதிர்வினையாற்றுகிறேன்.

அண்ணாவின் பகடி

இந்து மதப் புராணங்களைப் பகடி செய்தல் அண்ணாவின் கதைகளின் சிறப்பு உத்தியாக உள்ளது. சில கதைகளில் அவர் பகடி ரசிக்கத்தக்கதாகவே இருக்கிறது. எடுத்துக்காட்டாக, இருதார மணத் தடைச் சட்டத்தைப் (1947) பேசும் 'வள்ளிநாயகியின் கோபம்!' (1949) கதையில், அவரது சமகாலத்தைச் சேர்ந்த, தமிழ்நாட்டின் முதலமைச்சராக (1947–49) இருந்த ஓமந்தூர் இராமசாமி ரெட்டியார் மாத்திரமின்றி புராணத்தின் வள்ளி, முருகன் கதாபாத்திரங்கள் வருகிறார்கள். இருதார மணத் தடைச் சட்டத்தினால் தம்மைக் கேலி பேசுவார்களே என வள்ளி முருகனிடம் வருந்த, முருகன் இதைப் பற்றி விசாரிக்க ஓமந்தூராரிடம் செல்கிறார். ஆனால் ஓமந்தூரார் முருகனுக்காகக் கிருத்திகை மௌன விரதத்தில் இருப்பதால் அவர் முருகனிடம் பேசாமல் தப்பித்துவிடுகிறார்.

ராஜ் கௌதமன் "இலக்கியக் கலகம்" என்று பாராட்டும் 'வேலை போச்சு' (1946) கதையிலும் அவர் குறிப்பிட்டிருப்பதைப் போலப் பகடி கதையாடல் உத்தியாகப் பயன்படுத்தப்படுகிறது; ஒரு திருமண அழைப்பிதழை அச்சிடுகையில் நேரும் பிழைகளைப் (சாமி காவடியானந்தா என்பது காமி சாவடியானந்தா, காசு மாலை என்பது காமாலை, இப்படிப் பல பிழைகளோடு பிரசுரிக்கப்படு கின்றன) பேசும் வகையில் வைதீகம், சன்னியாசம் போன்ற இந்துமதப் புனிதங்கள் கட்டுடைக்கப்படுகின்றன. எழுத்துகளில் நேரும் இடம்பெயர்தலோடு இதிகாச, புராண உன்னதங்களைக் கேள்விக்குள்ளாக்கும் வகையில் கதாபாத்திரங்களுக்குப் பெயரிடப்பட்டிருக்கின்றன.

ஆனால் கதையில் அதன் பின் என்ன நடக்கிறது என்பதைப் பார்க்க வேண்டும். பிழையாக அச்சுக் கோத்தவனுக்கு வேலை போய் அவன் ஒரு சாவடியில் இரவில் தங்குகிறான். அங்கே காமி சாவடியானந்தா தங்க வருகிறான். அச்சுக் கோத்தவன் அங்கே தங்கியிருப்பது தெரியாமல் இந்தப் பிழைகள் யதார்த்தத்தோடு எத்தனை பொருத்தமானவை என்று வேறொருவனிடம் எடுத்துச் சொல்கிறான் சாவடியானந்தா. அப்போது ஒரு பெண் சாமியாரைப் பார்க்க வருகிறாள். "பலசரக்குக் கடையைக் கூட்டி மெழுகிச் சுத்தம் செய்பவள். அவள் வருகிறாள். சாவடிக்கு நடுநிசியில்" என்கிறது கதை. சாமியாரும் பச்சை எனும் அந்தப் பெண்ணும் "ஆனந்தமாக" இருக்கிறார்கள். அவள் சாமியாரிடம் "எடு எடு பணத்தை" என்று கேட்டுக் காசு வாங்கிக்கொண்டு செல்கிறாள்.

இந்தக் கதையை வாசிக்கும் சாதாரண வாசகர்களுக்கும் கூட இங்கே கட்டமைக்கப்படும் பெண் வார்ப்புரு அறிமுகமாகி யிருக்கும். கடையைக் கூட்டிப் பெருக்கும் பணிப்பெண் சாமியாரோடு உடலுறுவுகொள்ள வருவதாகக் காட்டப்படு கிறது. வீட்டிலோ கடை போன்ற நிறுவனத்திலோ வேலை செய்யும் எளிய பணிப் பெண்கள் காசு கொடுத்தால் பாலியல் உறவுகொள்ள எளிதில் வந்துவிடுவார்கள் என்பது பால் பாகுபாட்டுச் சுரண்டலுக்குப் பேர்போன நிலவுடைமை மதிப்பீடுகள் நிலவும் நம் சமூகத்தின் பொதுப்புத்தி. கதையில் எந்த விதமான சிறிய விமர்சனமும் இல்லாமல் தரப்படும் இத்தகைய பொதுப்புத்திக்கு முன்னால் புராணப் பெயர்களை ஜோடி மாற்றிப் புனிதத்தைக் கவிழ்த்தார் அண்ணா என்ற புரட்சிகரம் காணாமல் போய்விடுகிறது.

அண்ணாவின் கதைகள் “கலை”யா, “பிரசாரமா,” “தரமானவையா” போன்ற கேள்விகளைப் புறந்தள்ளிவிட்டுப் பார்த்தால் அவற்றில் பாலியல்கள் கணவன் என்பவனை முதன்மைப்படுத்திய வகையில் வழமையான குடும்பத்தை அமைக்கும் வகையில் ஒழுங்குபடுத்தப்படுவதையே காண்கிறோம். இருதார மணத் தடை, பெண்ணுக்குச் சொத்துரிமை போன்ற சில சமூகச் சீர்திருத்தங்கள் அவரது சில கதைகளில் பேசுபொருளாகியிருக்கின்றனதாம். ஆனால் பெண் கதாபாத்திரங்கள் மையமாக வரும் பெரும்பாலான கதைகளில் பால் படிநிலையோடு குடும்பப் புனிதம் தவறாமல் கட்டிக்காக்கப்படுகிறது. முக்கியமாக எதிர்பாலியல் குடும்பத்தை ஸ்தாபிக்கும் வகையில் திருமணத்தை நோக்கியே அண்ணாவின் கதைகளில் பெண் கதாபாத்திரங்கள் நகர்த்தப்படுகிறார்கள். திருமணத்துக்கு வெளியே பெண்கள் பிறழ்ந்துபோவதாகக் கூறப்படுகிறது. சில கதைகளில் நமக்கு உறுத்தலைத் தருவது, கணவனை இழந்த அல்லது திருமணம் நடக்காத பெண் “விபச்சாரி” ஆகிறாள், அல்லது தற்கொலை செய்துகொள்கிறாள். கதையில் திருமணமாகாமல் அல்லது கணவனை இழந்த பின் ஒரே ஒரு ஆணோடு உறவில் இருப்பவளுக்கும் “விபச்சாரி” அடையாளம் தரப்படுகிறது. என்னுடைய இந்தக் கட்டுரை அணுகும் கதை ஒன்றில் இதைப் பார்க்கலாம். மணவுறவு என்ற பிணைப்பில் இல்லாத ஒரு பெண்ணின் பாலியல் பொருளியல் கட்டுக் கடங்காமல் இயங்கும் என்ற பிற்போக்குச் சிந்தனையைக் காட்டும் மொழிப் பயன்பாடாகக் கதையில் தரப்படும் விபச்சாரி’ அடையாளம் செயல்படுகிறது. சில கதைகளில் “விபச்சாரி”யின் பெண்ணும் அவளைப் போலவே ஆகிறாள். தப்பிக்க இயலாத பிறப்பு விதியைப் போல இது கதையில் நிகழ்கிறது. இதையொட்டியே அவரது ‘பிரார்த்தனை’ கதை

இவ்வாறு நீதி கூறுகிறது: "தாயின் வழி மகளும் ஆடவரின் காம உணர்வும் கட்டுப்பாட்டுக்காகக் காதலைக் கருக்கும் உள்ளமும் விபச்சாரிகளை உண்டாக்குகிறது" (1943). இதைப் போதிக்கும் விதத்திலேயே கதைப்போக்கும் உள்ளது.

இந்த இடத்தில் புதுமைப்பித்தனின் இரண்டு கதைகளை யோசித்துப் பார்க்கலாம். 'பொன்னகரம்' சிறுகதையில் அம்மாளு எனும் பெண் இருளில் ஒருவனோடு ஒதுங்குகிறாள். 'விபச்சாரம்' என்ற வார்த்தை ஓர் இடத்தில்கூட வராத கதை அது. குதிரை வண்டிக்காரக் கணவன் விபத்தில் அடிபட்டு வீட்டில் கிடக்கிறான். பால் கஞ்சி வைக்கக்கூடக் காசு இல்லாததால் அவள் இவ்வாறு ஒதுங்க வேண்டியிருக்கிறது. "அம்மாளு முக்கால் ரூபாய் சம்பாதித்துவிட்டாள்" எனக் கதை கூறுகிறது. 'சம்பாதித்து' என்ற வினைச்சொல் குறிப்பிடத்தக்கது. 'கவந்தனும் காமனும்' சிறுகதையில் நகர இருட்டில் நடந்து வரும் ஏழை இளைஞன் "விளம்பரத்துக்குரிய சரக்குகளோடு" ஒரு பெண்ணைப் பார்க்கிறான். அவள் இவனை ஒரு சந்திற்குள் இழுக்கிறாள். தன்னிடமிருந்த சில்லறைகளை அவள் கையில் திணித்துவிட்டு ஓடுகிறான். அந்தப் பெண் பிச்சைக்காரியாகவா என்னை நினைத்தாய் எனக் கோபத்தில் கேட்டுவிட்டு அந்தக் காசை விட்டெறிகிறாள். பின்னர் பசியில் வேறு வழியில்லாமல் அதை எடுத்துக்கொள்கிறாள்.

மேற்குறிப்பிட்ட கதைகளில் பாலியல் தொழில் என்பது பெண்ணின் பொருண்மையான உழைப்பு என்பதை வலியுறுத்தும் வகையில் பெண் கதாபாத்திரங்கள் படைக்கப்படுகிறார்கள். மண வாழ்க்கை மறுக்கப்படுவதாலோ அல்லது கணவனை இழந்துவிடுவதாலோ அவர்கள் "விபச்சாரி"யாக ஆவதில்லை. திருமணத்தை மையப்படுத்தி பெண் பாலியலை ஒழுங்கு படுத்துவதைச் சுட்டிக்காட்டப்பட்ட புதுமைப்பித்தனின் கதைகள் செய்வதில்லை. திராவிட இலக்கியத்திலிருந்து நவீன இலக்கியம் வேறுபடுகிற இடத்தை, இரண்டின் வித்தியாசத்தை எடுத்துக்காட்ட இதைக் குறிப்பிடுகிறேன்.

கலகத்தின் இன்னொரு முகம்

தன் கட்டுரையில் ராஜ் கௌதமன் அண்ணாவின் 'குமாஸ்தாவின் பெண்' (1942) என்ற புதினத்தைக் கலக இலக்கியம் எனச் சிலாகிக்கிறார். அதிலும் ஓர் ஏழைப் பெண் உண்டு. காந்தா என்கிற பிராமணப் பெண். தான் காதலித்தவன் திருமணத்தை மறுத்துவிட, முதியவனை மணந்து, அவன் இறந்து விதவையாகி, நோய்வாய்ப்பட்ட தந்தையைக் காப்பாற்ற ஒரு மிராசுதாரின் "வைப்பாட்டியாக" வாழ்கிறாள். பணத்தில் கொழிக்கிறாள்.

"விபசாரி," "உல்லாச வாழ்க்கை," "புளகாங்கிதம்," "சல்லாபம்," "கேளிக்கை" போன்ற வார்த்தைகளுக்குப் பஞ்சமில்லாத இந்தக் கதையில் பெண் கதாபாத்திரம் வாழ்க்கையை அமோகமாக நடத்துகிறது. பிறகு தான் காதலித்தவனைச் சந்தித்து மிராசுதாருக்குத் தெரியாமல் அவனோடும் இன்பமாக இருக்கிறது. மேலோட்டமாகப் பார்க்கும்போது கணவனை இழந்த பெண் இப்படிக் கொண்டாட்டமாக வாழ்வதில் என்ன தவறு என்று தோன்றும். இந்தக் கதையைக் கலகம் என்று ராஜ் கௌதமன் சொல்வது சரிதானே என்றும் தோன்றும்.

ஆனால் காந்தா தன் "டாம்பீக வாழ்க்கைக்காக"ச் சுரண்டி வாழ்பவளாகக் காட்டப்படுகிறாள். இன்னொரு குடும்பத்தைக் 'கெடுக்கும்' தாசியின் வார்ப்புருவில் சித்திரிக்கப்படுகிறாள். அவளால் மிராசுதாருடைய செல்வம் குறைகிறது. காதலன் தன் மனைவியின் நகைகளை இவளுக்குக் கொண்டுவந்து தருகிறான். பின் காதலனுக்கு வேறொருத்தி மீது ஆசை வர, அவன் மனைவி இறந்துவிட, அவன் காந்தாவையும் கொல்லத் திட்டமிட, மோதலில் காந்தா இவனைக் கொல்ல எனக் கிடுகிடு திருப்பங்களில் செல்கிறது கதை. கடைசியில் காந்தா தூக்கு தண்டனை பெறுகிறாள். கதையின் முடிவில் சொல்லப்படுகிற நீதி: "கன்னியாக இருக்கையில் காதல் கொண்டு அது கனியாததால், வெம்பிய வாழ்வு பெற்று, விதவையாகி, விதவைக் கொடுமையிலிருந்து விடுதலை பெற விபசாரியாகி விபசார வாழ்க்கையிலே ஆனந்தம் பெற ஆசைநாயகனைப் பெற்று, அவனது துரோகத்தால் துயருற்று அவனைக் கொன்ற காந்தாவின் கதை இதுவே." காதலித்தவனோடு திருமணம் நடக்கவில்லை என்பதே காதல் "கனியாததாகச்" சொல்லப்படுகிறது. அதனால் இத்தனை அவதாரங்களை அந்தப் பெண் எடுத்துக் கடைசியில் தூக்கில் தொங்குகிறாள் என்பதே கதையின் அடிநாதம்.

பார்ப்பனியத்தின் ஆகப் பிரபல ஆக்கமான 'மனு தர்மம்' திராவிட இயக்கத்தவர்களால் தவறாமல் சுட்டிக்காட்டப்படும், விமர்சிக்கப்படும் ஒரு நூல். "ஒரு பெண்ணின் குடும்பத்தின் ஆண்கள் இரவும் பகலும் அவள் தங்களைச் சார்ந்திருக்கும்படி வைத்துக்கொள்ள வேண்டும். அவள் சுகபோகங்களில் பற்றுள்ளவளாகத் தெரிந்தால் கட்டுப்பாட்டுக்குள் அவளை வைக்க வேண்டும். ஒரு பெண் சுதந்திரமாக வாழத் தகுதியற்றவள். அவள் தந்தையையோ கணவனையோ மகனையோ சார்ந்து வாழ வேண்டும்" என்று அது அறிவிக்கிறது. மனு நீதியின் இத்தகைய முழக்கமாக அல்லவா இக்கதை இருக்கிறது? தந்தையை இழந்த, கணவனை இழந்த, மகன் அற்ற, மறுவிவாகம் நடக்காத ஒரு பெண் திருமணம் செய்துகொள்ளாமல் ஒரு பணக்காரனோடு வாழ்வதை

"விபசாரம்" என்று கதை அறிவிக்கிறது. திரும்பவும் அவள் வாழ்க்கையில் சந்திக்கும் காதலன் அவளது "ஆசைநாயகனா"கச் சித்திரிக்கப்படுகிறான். இவர்களோடான வாழ்க்கையும் அவளுக்கு நிலைப்பதில்லை. கடைசியில் கதை அவளைச் சாகடித்துத் தண்டித்துவிடுகிறது. இதைக் கலக இலக்கியம் என்று ராஜ் கௌதமன் விதந்தோதுவது வியப்பைத் தருகிறது.

அண்ணாவின் 'அவள் முடிவு' (1945) என்ற கதையிலும் கணவனையிழந்த பெண் வருகிறாள். வைதவ்யக் கொடுமையை அனுபவிக்கிறாள். எதிர்வீட்டில் ஒரு "காமுகன்" குடியிருக்க வருகிறான். சந்திப்புகள் நடக்கின்றன. ஆனால் திருமணத்துக்காக அந்த ஆண் வேற்றூருக்குப் பயணப்படுகிறான் என்றவுடன் அவள் தூக்கில் தொங்குகிறாள். திருமணம் நடக்க இயலாதபோது "சமூகக் கட்டுப்பாடுகளைத் திருட்டுத்தனமாக முறித்தெறிய முயன்ற"தற்குத் தண்டனை போல இந்தக் கதையில் மரணம் விதிக்கப்படுகிறது.

அண்ணாவின் மற்றொரு கதையில் சமூகக் கட்டுப்பாடுகள் சாதி சார்ந்த கட்டுப்பாடுகளாகவும் இருக்கின்றன. 'இருவர்' என்ற அந்தக் கதையில் (1953) முதலியார் சாதியைச் சார்ந்த சகோதரனும் சகோதரியும் மையக் கதாபாத்திரங்களாக வருகிறார்கள். சகோதரி "தாழ்ந்த ஜாதி"யில் பிறந்த (அந்த ஜாதியும் முதலியார் ஜாதிதான், ஆனால் கொள்வினை கொடுப்பினை இல்லாத வேறு "தரத்தார்" எனக் கூறப்படுகிறது) ஒருவனுக்கு மணம் செய்துவைக்கப்படுகிறாள். அந்தத் திருமணம் வறிய நிலையால் நடந்ததெனச் சொல்லப்படுகிறது. விளைவாகக் குடும்பம் "ஜாதிக் கட்டுப்பாட்டுக்கு" ஆளாகிறது. அதனால் அத்தை மகளைக் காதலிக்கும் சகோதரனின் திருமணம் தடைப்படுகிறது.

இந்த நிலையில் இருவர் பிரச்சினையையும் தீர்க்கச் சகோதரன் ஒரு வழியைக் கண்டுபிடிக்கிறான். தங்கையின் ஊருக்குச் சென்று அவளை அழைத்துக்கொண்டு வந்து கோயில் குளத்தில் அவளைத் தள்ளித் தானும் தற்கொலை செய்துகொள்கிறான். "ஜாதிச் சண்டை, சமூகச் சண்டை அற்ற சாவு பூமிக்கு அழைத்துச் செல்கிறேன்" என்று அண்ணன் கூறுகிறான். இந்தக் கூற்றை வைத்துச் சாதிக்கு எதிரான கலகம் என்பதாகத் தற்கொலையை வாசிக்கலாமா என்றொரு எண்ணம் வருகிறது. ஆனால் அப்படி வாசிக்க முடியாததற்கான தடை கதையாடலிலேயே தரப்படுகிறது. தற்கொலை முடிவைத் தங்கை ஏற்பதற்குக் கதை முதன்மைக் காரணம் ஒன்றைத் தருகிறது. அது அவள் கணவன் மோசமானவன் என்பதே. அவளை மணந்தவன் "குடிகாரன்," "சூதாடி," "கயவன்," "குடும்பப் பொறுப்பற்றவன்" என்று கதை கூறுகிறது.

பொதுவாக, இன்றும் ஒரு பெண் தன் சாதியை விடக் "கீழ்ப் படிநிலையில்" இருக்கும் சாதியைச் சார்ந்த ஒருவனைக் காதலிக்கும்போதோ மணந்துகொள்ளும்போதோ ஆணுடைய நடத்தை குறித்து ஆதிக்கச் சாதியினரால் தவறாமல் 'விமர்சனங்கள்' வைக்கப்படுகின்றன. இத்தொகுப்பில் சாதியக் கொலைகளை விவாதிக்கும் என்னுடைய கட்டுரையில் சுட்டிக்காட்டி யிருக்கிறபடி, இத்தகைய சாதி கடந்த காதல் / திருமணம் நிகழும்போது, பொதுச் சமூகத்தில் வெறுக்கப்படும் வேண்டாத குணாம்சங்களின் தொகுப்போடு சாதிப் படிநிலையில் "கீழே" வைக்கப்பட்டிருக்கும் சாதியைச் சேர்ந்த ஆண் அடையாளப் படுத்தப்பட்டுவிடுவார். இந்தக் கதையில் நடப்பதும் அதுவேதான். அண்ணாவின் 'இருவர்' கதைக்குள் ஊடுபாவும் இதே வகையிலான சொல்லாடலை ராஜ் கௌதமன் எவ்வாறு வாசித்தார், வாசிப்பார் என்ற கேள்வி எழுகிறது.

ராஜ் கௌதமன் "அங்கீகரிக்கப்பட்டவற்றையும் அதிகாரப் பூர்வமானவற்றையும் எதிர்த்துப் பேச முடியும், அப்படிப் பேசுவது ஒன்றும் பாவம் அல்ல, அது குதூகலமானதுதான் என்கிற ஒருவிதப் பண்பாட்டுக் களிப்பை ஏற்படுத்தியவை திராவிட இலக்கியங்களே" என எழுதுகிறார். நம் சமூகச் சூழலில் அங்கீகரிக்கப்பட்டவையும் அதிகாரப்பூர்வமானவையும் வைதீகச் சம்பிரதாயங்கள், இந்து மதப் புராணங்கள் மட்டுமல்ல. இன்றும் பரவலாக மேலாதிக்கம் பெற்று விளங்குபவை, திருமணம் மூலமாகச் சாத்தியப்படுத்தப்படும் சாதி அடையாள மறு உற்பத்தி; எதிர்ப்பாலியல் குடும்ப நிறுவன அமைப்பு; அதற்கேற்ப படிநிலையிலான பால் கட்டமைப்புகள்; குடும்ப அமைப்பில் பெரும்பாலும் ஆணைச் சார்ந்து பெண் வாழ வேண்டிய நடைமுறை போன்றவை. அண்ணாவின் சிறுகதைகளில் இவை ஒன்றுக்கும் எந்தப் பங்கமும் ஏற்படுவதில்லை. இக்காரணத்தால் அண்ணாவின் கதைகளில் இடம்பெறும் பெண் பாத்திரங்களைப் பொறுத்தவரை, ராஜ் கௌதமன் வரிசைப்படுத்தும் "தனிமனித சாகசம்," "சுதந்திரம்," "முன்னேற்றம்" முதலிய எதற்கும் பொருளில்லாமல், இடமில்லாமல் போய்விடுகிறது. பகடி உத்தி, புராணக் கதாபாத்திரங்களின் புனிதத்தைக் கலைத்தல் போன்றவை வாசகக் கவனத்தை ஈர்க்க உதவும். ஆனால் சமூகப் பிரதியாக அறியப்படும் ஓர் ஆக்கத்தில் வெறும் கவன ஈர்ப்பு மட்டுமே மாற்றத்துக்கான இடையீட்டைச் சாத்தியப்படுத்தாது. முக்கியமாக, பெண்ணியங்கள் சார்ந்த குறைந்தபட்சப் புரிதலோடு அண்ணாவின் சிறுகதைகளை வாசிக்கும்போது உடனடி கவன ஈர்ப்புக்கும் உண்மையான கலகத்துக்குமான பாரிய இடைவெளி புலப்படுகிறது. இக்கட்டுரையில் ஓரளவுக்கு அந்த இடைவெளியை எடுத்துக்காட்டியிருக்கிறேன்.

(இக்கட்டுரை "திராவிட இலக்கியம் கலக இலக்கியமா?" என்ற தலைப்பில் *மின்னம்பலம்* மின்னிதழில் ஏப்ரல் 8, 2019 அன்று வெளிவந்தது. கட்டுரையில் அண்ணாவின் சிறுகதைகள் http://www.annavinpadaippugal.info/annavin_sirukathaigal.htm இணையதளத்திலிருந்து எடுத்தாளப்பட்டிருக்கின்றன.)

உதவிய நூல்கள், கட்டுரைகள், இணையச் சுட்டிகள்

அண்ணாதுரை, சி.என் (அறிஞர் அண்ணா). *குமாஸ்தாவின் பெண்*. சென்னை: மணிவாசகர் பதிப்பகம், 1998. முதல் வெளியீடு: *திராவிடநாடு*, 1942.

———. "பிரார்த்தனை." *திராவிடநாடு*, மார்ச் 14, 1943.

———. "அவள் முடிவு." *திராவிடநாடு*, நவம்பர் 4, 1945.

———. "வேலை போச்சு." *திராவிடநாடு*, பிப்ரவரி 17, 1946.

———. "வள்ளிநாயகியின் கோபம்!" *திராவிடநாடு*, ஜனவரி 2, 1949.

———. "இருவர்." *திராவிடநாடு*, மார்ச் 29, 1953.

புதுமைப்பித்தன். "பொன்னகரம்." *புதுமைப்பித்தன் கதைகள்: முழுத்தொகுப்பு*. பதிப்பாசிரியர்: ஆ.இரா. வேங்கடாசலபதி. காலச்சுவடு: நாகர்கோயில், 2000.

———. "கவந்தனும் காமனும்." *புதுமைப்பித்தன் கதைகள்: முழுத்தொகுப்பு*. பதிப்பாசிரியர்: ஆ.இரா. வேங்கடாசலபதி. காலச்சுவடு: நாகர்கோயில், 2000.

பெருந்தேவி. "'கௌரவக்கொலை:' மாற்றுப் பயன்பாட்டுக் கான தேவை." *தேசம்–சாதி–சமயம்: அதிகாரத்தைப் புரிந்து கொள்ளல்*. காலச்சுவடு: நாகர்கோயில், 2021.

ராஜ் கௌதமன். "திராவிட இலக்கியம் எனும் கலக இலக்கியம்." *இந்து தமிழ் திசை*, மார்ச் 31, 2019. https://tamil.thehindu.com/general/literature/article26690994.ece

ஜெயமோகன். "திராவிட இயக்கம் – ராஜ் கௌதமன்." ஏப்ரல் 6, 2019. https://www.jeyamohan.in/120082#.XKmAFFVKjIU

S. 36